ஆறுமுகமான பொருள்

தொ. மு. பாஸ்கரத் தொண்டைமான்

Title: Arumugamana Porul

Author: T.M. Bhaskar Thondaiman

Language: Tamil

First Published on: 1999

Year of Publication: 2024

Book Format: Paperback

*Page Size: 6inch * 9inch*

Category: Essays

Subject: Religious Essays

No. of pages: 136

ISBN: 978-81-983571-3-7

Published by: Nilan Publishers, Madurai, Tamilnadu, India

பொருளடக்கம்

"ஆறுமுகமான பொருள்" என்ற இந்த நூல் என் தந்தையார், தொ.மு.பாஸ்கரத்தொண்டைமான் அவர்கள் அரசுப் பணியிலிருந்து ஓய்வு பெற்ற பின்னர், வெவ்வேறு கால கட்டங்களில் எழுதிய கட்டுரைகளின் தொகுப்பு. உதிரிப்பூக்களைப் போலத் தனித்தனியாக, கந்த சஷ்டி விழாக்களின் போது வெளியிடப்பட்ட இந்தக் கட்டுரைகளை எல்லாம் ஒன்றாகத் தொகுத்து ஒரே நூலாக வெளியிட வேண்டும் என்பது என்னுடைய நீண்ட நாளைய ஆசை. இறைவன் கண்களினின்று புறப்பட்ட ஆறு பொறிகளிலிருந்து உருவான ஆறு குழந்தைகளை, அன்னை உமையவள் சேர்த்தனைக்க அறுமாமுகவன் உருவான கதை நமக்குத் தெரியும். அந்த உமையவளின் கருணையினாலே இந்தக் கட்டுரைகளும் ஒருங்கிணைக்கப்பட்டு, "ஆறுமுகமான பொருள்" உருவாகியிருக்கிறது. ஆசிரியர் அந்த வெளியீடுகளுக்கு எழுதிய முன்னுரைகளையே இந்த நூலுக்கும் முன்னுரையாகப் பயன்படுத்திக் கொண்டிருக்கிறேன். அந்த முன்னுரையே இந்த நூலுக்குச் சரியான விளக்கமாக அல்மைந்து விடும் என்றும் நம்புகிறேன்.

ஆசிரியர் தொண்டைமான் அவர்கள் வேங்கடம் முதல் குமரி வரை என்ற தலைப்பில் தமிழ்நாட்டுக் கோயில்களைப் பற்றி எழுதிய நூலில், முருகன் கோயில் கொண்டிருக்கும் தலங்களைப் பற்றியும் எழுதியிருக்கிறார். அவை முப்பதுக்கும் மேலிருக்கும். தமிழ்நாட்டில் விநாயகப் பெருமானுக்கு அடுத்தபடியாக முருகப் பெருமானுக்குத்தான் அதிகப்படியான கோயில்கள். அறுபத்துநான்கு என்று ஒரு கணக்கு சொல்கிறார்கள். அதற்கும் மேலேயே இருக்கும். முருகன், தமிழ் மக்கள் தொன்று தொட்டு

வணங்கி வரும் தெய்வம். ஆகவே முருகனைப் பற்றிய தத்துவங்களையும், செய்திகளையும் எத்தனை முறை சொன்னாலும், எப்படி எப்படிச் சொன்னாலும் அது தேனும் தினை மாவும் போல இனிக்கத்தான் செய்யும். அந்த நம்பிக்கையில்தான் ''ஆறுமுகமான பொருள்'' வெளி வருகிறது.

இந்த நூலுக்கு சித்தாந்தச் செல்வர், பேராசிரியர் டாக்டர் பா.இராமன் அவர்கள் அருமையான அணிந்துரை வழங்கியிருக்கிறார். அவர் சிறந்த ஆன்மீகச் செல்வர். நல்ல முருக பக்தர். ஸ்ரீமத் பாம்பன் சுவாமிகளிடத்தும், அவருடைய நூல்களிடத்தும் எல்லையில்லாத ஈடுபாடு உடையவர். பாம்பன் சுவாமிகளின் நூல்களுக்கு உரை எழுதுவதையே தம் வாழ்க்கையின் தலையாய பணியாகக் கொண்டு வாழ்ந்து வருபவர். இந்தக் கட்டுரைகளையெல்லாம் ஆர்வத்துடன் வரிவிடாமல் படித்து, அனுபவித்து இந்த அணிந்துரையை அளித்திருக்கிறார். உண்மையில் இந்த நூலுக்கே அது அணி சேர்க்கிறது. அவருக்கு நன்றி சொல்ல நான் பெரிதும் கடமைப்பட்டிருக்கிறேன்.

இந்த முகவுரையை முடிக்கும் முன்னர் ஒரு வார்த்தை சொல்லிக் கொள்ள விரும்புகிறேன். இந்த நூல், ஆசிரியர், தொண்டைமான் அவர்களின் பேத்தி, டாக்டர் உமா தேவசேனாவின் நிதியுதவியுடன் ''தொண்டைமான் அறக்கட்டளையின்'' இரண்டாவது வெளியீடாக உலா வருகின்றது. டாக்டர் உமா தேவசேனா கந்த சஷ்டியன்று பிறந்தவள் என்பது பொருத்தமாகவும் அமைந்துவிட்டது.

ராஜேஸ்வரி நடராஜன்

பாஸ்கர நிலையம்
31, 7வது குறுக்குத் தெரு

சாஸ்திரி நகர், சென்னை - 20

உ
சிவசிவ

திருவருள்திரு
தெய்வசிகாமணி பொன்னம்பல தேசிக பரமாசாரிய சுவாமிகள்
[ஆதீனகர்த்தர்]
திருவண்ணமலை ஆதீனம்
குன்றக்குடி - 630 206
சிவகங்கை மாவட்டம்
தமிழ்நாடு
நாள் : 20.8.99

வாழ்த்துரை

கலைமணி தொ.மு.பாஸ்கரத் தொண்டைமான் அவர்கள்
"ஆறுமுகமான பொருள்" என்ற நூலின் வாயிலாக நம்மை
ஆறுமுகப் பெருமானிடம் ஆற்றுப்படுத்தியுள்ளார். தமிழ்க்
கடவுளாம் முருகப் பெருமான் மலையின் உச்சியிலும் அலையின்
ஓரத்திலும், சோலையின் நடுவிலும் என்று, எங்கும்
கோயில்கொண்ட அருமை போற்றுதற்குரியது. ஆறுமுகத்தை
அறிவியல் உண்மையோடு தொடர்புபடுத்தியிருப்பது ஆசிரியரின்
நுண்மான் நுழைபுலத்தைக் காட்டுகிறது. "நாமார்க்கும் குடி
அல்விலாம்" எனும் பாடல் பற்றிய ஆசிரியரின் கருத்து எண்ணி
எண்ணி இன்புறத்தக்கது.

செந்தூர் முருகன் காட்டும் அற்புதம் மகிழ்ச்சிக்குரியது. சூரன்வதை
என்பது கொடிய அரக்க உடலை அழித்தது மட்டும் அல்ல. நம்

உள்ளத்தில் மறைந்துள்ள ஆசை, கோபம், வஞ்சகம், பொறாமை முதலிய குணங்களை மாற்றுவதின் மூலமே அன்பினை அடைய முடியும். அன்புதான் அனைத்திற்கும் மூலம் என்பார்கள். நம்மிடம் உள்ள அரக்க குணங்கள் ஒழிய அருள் உள்ளம் மலரும்.

காவடி எடுக்கும் அருமைப்பாட்டை விளக்கியிருப்பது மிகவும் பாராட்டுக்குரியது. முருகப்பெருமான் சூரபதுமனை மயிலாகவும், சேவற்கொடியாகவும் மாற்றியது பற்றிய விளக்கம் பெருமைக்குரியது. குமரகுருபரருக்கு அருள்பாலித்த அருமைப்பாடு எண்ணி எண்ணி நெகிழத்தக்கது. அரக்கனுக்கும் அருள்பாலித்த அருள் உள்ளம் எண்ணி இன்புறத்தக்கது. மிகச் சிறப்பாகக் குமரக் கடவுளின் அருள்பாலிக்கும் அன்பு உள்ளத்தையும் தெளிவுபட எடுத்துரைக்கும் பாங்கு பாராட்டுக்குரியது.

அழகுக் கடவுள் குமரனை அழகும் அன்பும் அருளும் ஒழுக எழுதிப் பார்த்திருக்கும் தொ.மு.பாஸ்கரத் தொண்டைமான் அவர்களின் முயற்சி மிகவும் பாராட்டுக்குரியது.

இந்நூலைத் தங்கள் தந்தையார் கனவு நனவாகும் வண்ணம் வெளியிடக் கடும் முயற்சி செய்த திருமதி.ராஜேஸ்வரி அம்மையார் அவர்களின் தமிழ்த் தொண்டு பாராட்டுக்குரியது. முன்னைப் பழமைக்கும் பழமையாய்ப் பின்னைப் புதுமைக்கும் இணைப்பாக எழுதியுள்ள அருமை பாராட்டுக்குரியது. இந்நூலைச் சிறப்பான முறையில் வெளியிட உதவிய பதிப்பகத்தார்க்கு நெஞ்சார்ந்த நன்றி, வாழ்த்துக்கள்!

என்றும் வேண்டும் இன்ப அன்பு.

பொன்னம்பல அடிகளார்

திருச்சிற்றம்பலம்

அருநூற்புலமை ஆன்றோர்
சித்தாந்தச் செல்வர்
பேராசிரியர் டாக்டர்
ப. இராமன், எம்.ஏ., பி.எச்.டி

அணிந்துரை

"இருந்தமிழே உன்னால் இருந்தேன் - இமையோர் விருந்தமிழ்தம்
என்றாலும் வேண்டேன்" என்ற தமிழ் விடு தூதுப் புலவரைப் போல்
இருந்தமிழுக்காக இருந்த பெரியார். நம் வணக்கத்திற்குரிய
திரு.தொ.மு. பாஸ்கரத் தொண்டைமான் அவர்கள். மாவட்ட
ஆட்சியராய் உயர்ந்த பதவி வகித்தாலும் தமிழ்மொழி மீது ஆராக்
காதல் கொண்டு தமிழுக்கும் சமயத்திற்கும் பெருந்தொண்டு செய்து
வந்தார்கள். "என்னை நன்றாக இறைவன் படைத்தனன், தன்னை
நன்றாகத் தமிழ் செய்யுமாறே" என்றபடி தம் தமிழ்ப் பேச்சையும்
எழுத்தையும் இறைவன் பெருமை பேசுவதில் பயன்படுத்தி
வந்தார்கள். இருபதாம் நூற்றாண்டில் தமிழன்னை ஈன்ற
தவப்புதல்வர்களில் இச்சான்றோரும் ஒருவர் எனின் மிகையாகாது.

இவர்கள் எழுத்திலும் பேச்சிலும் எளிமை, இனிமை,
ஆழமுடைமை, செந்தமிழ், நகைச்சுவை, ஆய்வுத் திறன், தெளிவான

முடிவு முதலிய சிறப்புக்கள் பொதிந்து கிடக்கும். எளிதில் உணர்ந்து கொள்ள முடியாத இலக்கிய, சமயக் கருத்துக்களை, கதைகளை எடுத்துக் கூறி பாமரரும் புரிந்து கொள்ளச் செய்து விடுவார்கள்.

இவர்கள் கொண்டிருந்த தமிழ்ப் பற்றால் தமிழ்க் கடவுளான செவ்வேட் பரமனிடம் இவர்கள் அடைக்கலமானதில் வியப்பில்லை. 'ஆறுமுகமான பொருள்' என்ற அருமையான நூலில் இவர்கள் ஆறுமுகன் அடியார்களை அப்பெருமானிடம் ஆற்றுப்படுத்துகிறார்கள் என்பதை நூலுக்குள் நுழைந்தவுடன் அறிந்து மகிழலாம். இவ்வகையில் இவர்களை இருபதாம் நூற்றாண்டு நக்கீரர் எனலாம்.

முதலில், 'ஆறுமுகமான பொருள் எனத் தொடங்கிக் கந்தர் சஷ்டி கவசத்தில் இந்நூல் முடிகிறது. பன்னிருகை வேலனுக்குப் பன்னிரண்டு கட்டுரை விளக்கம் தானே பொருத்தம்? ஆறுமுகன் பெருமையைச் சற்று கேட்டுச் சிந்தித்துத் தெளியும் போது நாள்தோறும் கந்தர் சஷ்டி கவசத்தைப் பாராயணம் செய்தால் தானே அக் கந்தவேள், நம் உயிருக்கும் உடம்புக்கும் கவசமாக இருந்து காத்தருள்வான்.

ஆசிரியர், "ஆறு முகமான பொருள்" என்ற கட்டுரையில் குணங்கள் அல்லது எலக்ட்ரான்களின் ஆறு கூறும் என்பவற்றின் உருவகமே ஆறு முகங்கள் என அறிவியல் வழிநின்று விளக்குகின்றார்கள். இந்த அறிவியல் காலத்திற்கு இத்தகைய விளக்கமன்றோ தேவை.

ஆறுபடை வீடு என்பதில் அறுமுகன் அடியார்களிடத்தில் குழப்பம் நிலவுகின்றது. ஆற்றுப்படை என்பதில் 'ற்' ஐ விட்டுவிட்டு ஆறுபடை என்று கூறிப் பின்பு படைக்கு வீடமைத்து அறுபடை வீடாக்கி விட்டார்கள் என மிக்க நயமாகக் கூறுகிறார்கள்.

"என்னுடன் வாருங்கள் முருகன் திருக்கோலத்தையும் திருத்தலப் பெருமையையும் காட்டுகிறேன்" என்று ஆறுபடை வீட்டிற்கும் நம்மை அழைத்துச் சென்று காட்டுகிறார்கள். எந்தச் செலவும் பயணத் துன்பமும் இல்லாமல் ஆறு திருத்தலக் காட்சியை அனுபவிக்கும்படி செய்துவிடுகிறார்கள். முருகன் குறிஞ்சி வேந்தனாகத் தோன்றி எப்படி எல்லாம் ஏனைய நிலங்களுக்கு வந்தான் என்ற செய்தியையும் அற்புதமாக விளக்கியுள்ளார்கள்.

முருகனைப் பாலனாய், குமரனாய், மங்கையர் மணாளனாய், வேடனாய், ஞானாசிரியனாய், சேனைத் தலைவனாய், புகழ்ந்து பாடியுள்ள முருக இலக்கியங்களைப் படித்துவிட்டுக் கோயிலுக்குச் சென்று கும்பிடு போட்டுவிட்டு நம் போன்ற சராசரி மனிதர்கள் வீட்டுக்குள் முடங்கி விடுவோம். இப்பெருந்தகை, வேலிறைவன், எறுமயில் ஏறி விளையாடியது எங்கே? ஈசருடன் ஞானமொழி பேசியது எங்கே? என்று அவன் மூர்த்தி வடிவங்கள் இருக்கும் இடமெல்லாம் தேடிக் கண்டுபிடித்து அந்தந்தத் தலத்திற்குச் சென்று கண்குளிரக் கண்டு களியுங்கள் என்று நம்மை ஆற்றுப்படுத்துகிறார்கள். முருகனடியார்கள் இந்த வள்ளலுக்கு என்ன கைம்மாறு செய்ய முடியும்?

திருவாறெழுத்து என்னும் சரவணபவ ஒரு மகாமந்திரம். இதனைச் செபித்துவந்தால் இகத்தில் எல்லா நம்மைகளையும் அளிக்கும். இறுதியில் முத்தியையும் தரும். இதனைச் சரம் - நீர் வானம் - நாணற்புல், என்று பொருள் கூறி நாணற் புல் செறிந்த பொய்கையில் தோன்றியவன் (பவன்) என்று கூறுவது வழக்கம். இவர்கள் இப் பொருளுடன் வேறு நுட்பமான பொருளையும் கூறிவிட்டு இவற்றிற்குமேல் சரம் - நீர் வணம் = வசிப்பவன், அதாவது நீரில் வசிப்பவன். அதாவது பாற்கடலில் பள்ளி கொண்ட நாராயணன் என்றார்கள். சரவணபவன் நாராயணனாகி விட்டானே! ஆம்!

நாராயணன் தான். இவர்கள் சொல்லவில்லை. திருச்செந்தூர்ப் புராணம் சொல்கிறது. இப்படிச் சமரசம் கண்டு மால்மருகன், மருகனே மால் என்று காட்டுகின்றார். அருணகிரிநாதர், "அகரமு மாகி அதிபனு மாகி அதிகமு மாகி - அகமாகி, அயனென வாகி அரியென வாகி அரனென வாகி - அவர் மேலாய்" என்று பாடி மும்மூர்த்தியும் முருகமூர்த்தி என்றுதானே கூறுகின்றார்?

குழந்தையாய் இருந்தால் கொஞ்சலாம். குழந்தை வேலன் நமக்கு உதவமாட்டானே. இப்படிக் கோபிக்கிறாராம் படிக்காசுப் புலவர். இன்னமும் சின்னவன் தானா? படித்துச் சுவையுங்கள். ஆசிரியர் திருச்செந்தில் பற்றித் தனி ஆய்வே நடத்துகிறார். புறநானூறு, அகநானூறு, சிலப்பதிகாரம், தேவாரம், முதில் இலக்கியங்கள் மூலம் தலத்தின் தொன்மையை விளக்குகின்றார். திருக்கோயில் கட்டிய வரலாறு, பூசை, விரதம், விழாக்கள் எல்லாம் இதில் வகுத்துக் கூறுகின்றார். சூரசம்மாரத்தில் சம்மாரம் மட்டுமல்லாமல் சூரகாரியான மருகன் பொற்சிலையாக உள்ளான் என்று டச்சுக்காரர் திருடிச் சென்றதையும் வடமலையப்பன் என்றும் அடியார் கடலில் இருந்து மீட்டுவந்த வரலாற்றுச் செய்தியையும் சுவையடக் கூறுகின்றார்கள்.

பழநிமலையில், முருகன் கோவணாண்டியாக நிற்கின்றான். அவன் ஞானப்பழம், "அவன் துறவியானது நம்மை எல்லாம் துறவியாக்க அல்ல. ஆக்கம் உடையவர்களாக, அருளுடையவர்களாக, மக்கள் வாழ்வதற்காகவே ஆண்டவன் துறவுக் கோலம் பூணுகிறான். இல்லாவிட்டால் அவனுக்குப் பற்று துறவு என்றெல்லாம் உண்டா?" என அற்புத விளக்கம் அளிக்கின்றார்கள்.

வடநாட்டில் சுப்பிரமணியன் கட்டை பிரமசாரியாம். ஏன் அப்படி? "தமிழ் நாட்டுக் குறமகள் நம்பிராஜன் புத்திரி வள்ளியைக் கண்டு

சொக்கி மரமாக நின்ற முருகன் வேறு எந்த நாட்டுப் பெண்ணையும் அதிலும் மராத்தியப் பெண்களை ஏறெடுத்துப் பார்க்க விரும்புவானா என்ன?" என்ன நகைச்சுவை பாருங்கள்.

கோலக்குமரன் அழகே ஆசிரியர் சிந்தையைக் கவர்ந்த தென்பதால் மிக அற்புதமாக அழகை வருணிக்கின்றார். அந்த அழகில் நாம் மயங்குகிறோம். சிக்கல் சிங்காரவேலன், எட்டுக் குடி வேலன், எண்கண் வேலன் மூவரையும் ஒரே சிற்பிதான் உருவாக்கினான். முதலில் சிக்கலில் இளமையிலும், எட்டுக் குடியிலும் முதுமையிலும், எண்கண்ணில் கண்பார்வை இழந்த பின்பும் சிலைகளை உருவாக்கினானாம். கண்பார்வையிழந்த பின் வடித்த சிலையின் அழகை வருணிக்க முடியாதென்றால் பார்வையிருக்கும்போது செய்த சிலைகளின் அழகை என்னென்று வருணிப்பது என்கிறார்கள் ஆசிரியப் பெருமகன்.

திருமுருகாற்றுப் படையின் செய்தி முழுவதையும் இலக்கிய நயத்துடன் எடுத்துரைக்கிறார்கள். சிவபெருமானைப் பார்த்து நெற்றிக் கண்ணைக் காட்டினாலும் குற்றம் குற்றமே என்ற அஞ்சா நெஞ்சன் நக்கீரன் நெஞ்சத்தில் சிவபெருமான் அதிகம் இடம்பெறவில்லை. சிவகுமாரனே அதிகம் இடம் பெறுகின்றான் என அருமையாகக் கோடிட்டுக் காட்டுகிறார்கள்.

"அருணகிரி, அன்று பிரமன் கீறிச் கீறிச் என்று கையால் எழுதிய எழுத்தைக் குமரன், செந்தூர் வேலவன் தன் காலாலேயே அழித்து விடுகிறான்" என்று ஆசிரியப் பெருமகனார் நகைச்சுவையோடு சொன்னாலும், செந்தூரான் நம் விதியை மாற்றுபவன் என்ற உண்மையை நினைவுறுத்துகிறார்கள்.

குமரகுருபரர் பாடியருளிய முத்துக் குமாரசுவாமி பிள்ளைத் தமிழ் தேனினும் இனிய இலக்கியம். இது ஆசிரியப் பெருமகனார் உள்ளத்தைக் கொள்ளை கொண்டதில் வியப்பில்லை. குழந்தை முருகன் அம்மை மடியில் தவழ்ந்து அப்பன் திருமார்பில் குரவையாடிப் பின் கங்கையில் குதித்துக் கண் சிவக்க விளையாட்டயர்ந்து பலகுறும்புகள் செய்ததை இவர்கள் நம் கண்முன்னே ஓவியமாகக் காட்டுகிறார்கள்.

திருமலை முருகனுக்குத் தனி ஒருவராக நின்று பெரிய கோயிலைக் கட்டியதுடன், முருகனுக்குச் சேர வேண்டிய சொத்துக்களை அபகரித்தவன் மீது வழக்குத் தொடுத்து வழக்கைப் பல்லாண்டுகள் நடத்தி வென்று அச்சொத்துக்களைக் கோயிலுக்கு உடைமையாக்கி நிருவாகமும் பூசைகளும், விழாக்களும் எக்காலத்தும் செம்மையாக நடைபெற ஏற்பாடு செய்த பெண்துறவி மறவர் குல மாணிக்கம் சிவகாமி ஆத்தாள் தொண்டினையும் பெருமையினையும் இப்பெருந்தகை மறவாது கூறியுள்ளார்கள். இவர்களின் குலகுருவான தண்டபாணி சுவாமிகள் திருமலையின் உச்சியிலிருந்து உருண்டார்கள். ஒரு துன்பமும் இல்லாமல் முருகன் காத்தருளினான். அதுபோல் இவர்கள் மூக்குக் கண்ணாடி பெருங்காற்றில் அடித்துச் சென்றுவிட அதைத் தேடி எடுத்துவரப் பணியாளை ஏவினார்களாம். என்ன அதிசயம்! கண்ணாடி சிறிதும் உடையாமல் கிடைத்துவிட்டதாம். 'கந்தரநுபூதி' பெற்ற இப்பெருமகனார்க்குக் கண்ணாடி என்ன? ஞானக் கண்ணையே அவன் வழங்கியருளியுள்ளான்.

மதிப்பிற்குரிய அன்புச் சகோதரியார் திருமதி. இராஜேசுவரி நடராசன் அவர்கள் ஒப்பற்ற தம் தந்தையார் வகுத்த வழியே செம்மையான வாழ்வு வாழ்ந்து வருகிறார்கள். ஆழ்ந்த இறையுணர்வும், நிறைந்த கல்வியறிவும், சொல்வன்மையும், சமய,

இலக்கியத் தொண்டுணர்வும் மிக்கவர்கள் - தம் பெருமைக்குரிய தந்தையார் விட்டுச் சென்ற ஞானச் செல்வத்தை எல்லோரும் பெற்று இன்புற வேண்டும் என்னும் நன்னோக்கத்துடன் நூலாக வெளியிட்டு வருகிறார்கள். "ஆறுமுகமான பொருள்" அந்த வரிசையில் ஒன்று. ஆறுமுகனிடம் அடியார்களை ஆற்றுப்படுத்தும் அற்புத நூல். தலைமுறை தலைமுறையாக வைத்துப் போற்ற வேண்டிய ஞானச் செல்வம். இதனை வெளியிட முன்வந்த சகோதரியார் திருமதி. இராஜேசுவரி நடராசன் அவர்களுக்கு முருகனடியார்கள் சார்பிலும் அடியேன் சார்பிலும் வாழ்த்தையும் வணக்கத்தையும் நன்றியையும் தெரிவித்துக் கொள்கிறேன்.

அன்பன்

ப. இராமன்

திருச்சிற்றம்பலம்

முன்னுரை

(தொ.மு.பாஸ்கரத் தொண்டைமான்)

இரண்டு மாதங்களுக்கு முன்புதான் "பிள்ளையார்பட்டி பிள்ளையார்" என்னும் ஒரு சிறு நூலை எழுதும் வாய்ப்பு எனக்குக் கிடைத்தது. அதைப் படித்துப் பார்த்த அன்பர் ஒருவர், "நான் கந்த சஷ்டி தோறும் முருகன் தோத்திரங்கள் அடங்கிய சிறு புத்தகம் ஒன்றை வெளியிட்டு வழங்குவது வழக்கம். இந்த வருஷமும் அப்படி ஒரு சிறு நூலை வெளியிட விரும்புகிறேன். தாங்களே சின்னஞ்சிறிய புத்தகமாக முருகனைப் பற்றி எழுதிக் கொடுங்களேன்" என்றார். இப்படி அவர் கேட்டு, சில நாள் கழியும் முன்னரே, மனைவி மக்களுடன் திருச்செந்தூர் சென்று பேரக் குழந்தைகளுக்காகச் செலுத்த வேண்டிய பிரார்த்தனையை நிறைவேற்ற வேண்டியிருந்தது. அங்கு இரண்டு நாட்கள் தங்கி செந்திலாண்டவனைத் தரிசிக்கும் பேறும் கிடைத்தது. "சரி. ஆண்டவனது கட்டளைதான் நண்பரது வேண்டுகோளாக வந்திருக்கிறது", என்று எண்ணினேன். திருச்செந்தூர் முருகனைப் பற்றியும், அவன் கோயில் கொண்டிருக்கும் மற்ற தலங்களைப் பற்றியுமே எழுத முனைந்தேன்.

ஆண்டு தோறும் கந்த சஷ்டி விழாவின் போது முருகனைப் பற்றிச் சிறு நூல் வெளியிட விரும்புகின்றனர். திரு.எஸ்.ஆர்.சுப்பிரமணிய பிள்ளையின் மக்கள். அவர்கள் திருநெல்வேலி சாலைக்குமரன் கோயிலில் நடத்தும் விழாவில் அந்த நூலை அன்பர்களுக்கு வழங்கவும் ஏற்பாடு செய்கின்றனர். இந்த முயற்சியில் என் பங்காக

சில வருஷங்களுக்கு முன், "திருச்செந்தூர் முருகன்" என்ற தலைப்பிலும், பின்னர் "மூவர் கண்ட முருகன்" என்ற தலைப்பிலும் இரண்டு சிறு நூல்கள் எழுதிக் கொடுத்தேன். இந்த வருஷம் "ஆறுமுகமான பொருள்" என்ற தலைப்பில் இச்சிறுநூலை எழுதிக் கொடுப்பதில் மகிழ்ச்சி அடைகிறேன்.

இப்பணியை இனிவரும் கந்த சஷ்டி விழாக்களிலும் செய்து தர திருவருளை இறைஞ்சுகின்றேன். பெரியவர்களோடு பெண்களும் பிள்ளைகளும் இப்புத்தகத்தைப் படித்து விஷயங்களைத் தெரிந்து கொள்ள வேண்டும் என்பதே என் விருப்பம். அந்த விருப்பத்தை நிறைவேற்ற ஆண்டவன் இருக்கிறான். அவன் அருளாலே அவன் தாள் வணங்குவதற்கு இத்தகைய பணி உதவும் என்று நம்புகிறேன்.

சித்ரகூடம்
திருநெல்வேலி
20.10.63

1. ஆறுமுகமான பொருள்

நானும் சில நண்பர்களும் ஒரு பிரபல நாடகக் கம்பெனியார்
நடத்திய 'குமார விஜயம்' என்னும் நாடகத்திற்குச் சென்றிருந்தோம்.
நாடகத்தில் ஒரு காட்சி, குன்றுதோறாடும் குமரன் மலைமீதிருந்து
கீழிறங்கி வரும் காட்சி, ஆறுமுகனான கந்தன் வேடத்தை ஒரு சிறு
பையன் ஏற்றிருக்கிறான். ஒரே முகம் உடைய அந்தப் பையனை
ஆறுமுகம் உடையவனாகக் காட்ட ஐந்துமுகங்களை அட்டையில்
எழுதி அந்த முகங்களையும் இருக்கிற தலையிலே
பிணைத்திருக்கிறார்கள். மலையினின்று இறங்கி வரும் இந்த
ஆறுமுக வேடதாரி, ஒரு சிறு தோரண வாயிலைக் கடந்து வெளிவர
வேண்டியிருக்கிறது. குனியாமல், நிமிர்ந்து வந்தாலோ ஆறு
முகங்களில் ஒன்றிரண்டு முகங்கள் கட்டாயம் தோரணவாயிலில்
சிக்கிக் கொள்ளும். இந்த இக்கட்டான நிலையில் ஆறுமுகம்
கொண்டிருந்த அந்தப் பையன் மிக்க லாவகமாக முதலில் இரு
பக்கத்து அட்டைத் தலைகளை ஒருக்களித்துத் தோரணவாயில்
வழியாக வரவிடுத்துப் பின்னர் மற்றைய பக்கத்துத் தலைகளையும்
வெளிக்கொணர்ந்து தோரண வாயிலைக் கடந்து விடுகிறான்.
இதனைப் பார்த்த என் நண்பர்கள் எல்லாம் கலகல என்று
சிரிக்கின்றனர். பாவம், இந்தப் பையனை ஆறுமுகம்
உடையவனாக்க ஐந்து தலைகள் வைத்துக் கட்டப்பட்டதனால்
அல்லவா இத்தனை கஷ்டம் அந்தப் பையனுக்கு. இந்தக்
குமரனுக்கு ஆறு தலை என்று கணக்கிடுவானேன் என்று கேள்வி
கேட்கிறார், ஒரு நண்பர்.

இதற்குப் பதில் சொல்கிறார் மற்றவர். "இது தெரியாதா உனக்கு.
கைலாசபதியாகிய பரமேசுவரன் இமவான் மகளாகிய உமையை
மணக்கிறார். அவரிடம் சூரபன்மன் முதலிய அசுரர்களால்

துன்புறுத்தப்பட்ட தேவர்கள் முறையிடுகின்றனர். அவரும் தேவர் துயர் தீர்க்கத் தான் ஒரு குமாரனைத் தருவதாக வாக்களிக்கிறார். இந்த வாக்கைக் காப்பாற்றத்தான் ஐந்து திருமுகங்களோடு அதோமுகமும் கொள்கிறார், ஆறு திருமுகங்களிலும் உள்ள ஆறு நெற்றிக் கண்களினின்றும் ஆறு பொறிகள் கிளம்புகின்றன. அந்தப் பொறிகளை வாயுவும் அக்கினியும் ஏந்திவந்து சரவணப் பொய்கையில் சேர்த்து விடுகின்றனர். அப்பொய்கையில் பூத்த ஆறு தாமரை மலர்களில் இந்தப் பொறிகள் ஆறு குழந்தைகளாக மாறுகின்றன. இந்த ஆறு குழந்தைகளையும் கார்த்திகைப் பெண்கள் அறுவர் பாலூட்டி வளர்க்கின்றனர். இந்த கார்த்திகேயனைக் காண சிவபெருமான் உமையம்மையோடு சரவணப் பொய்கை வருகிறார். அம்மை, குழந்தைகள் அறுவரையும் சேர்த்து எடுத்து தன் மார்பகத்தில் அணைக்கிறாள். ஆறு குழந்தைகளும் சேர்ந்து ஆறுமுகத்தோடு கூடிய ஒரே பிள்ளையாக மாறுகிறார்கள். அவனே கந்தன் என்றும் ஆறுமுகம் என்றும் அழைக்கப்படுகிறான்" என்று முருகன் திரு அவதாரக் கதையை விளக்குகிறார், அந்தப் புராண வரலாறு தெரிந்த நண்பர்.

இன்னும் இந்த புராண வரலாற்றை கச்சியப்பரது கந்த புராணத்திலேயே படித்த அன்பர் ஒருவர்,

அருவமும் உருவம் ஆகி
அனாதியாய், பலவாய், ஒன்றாய்
பிரம்மமாய் நின்ற சோதிப்
பிழம்பதோர் மேனியாகி
கருணைகூர் முகங்கள் ஆறும்
கரங்கள் பன்னிரண்டும் கொண்டே
ஒருதிரு முருகன் வந்து
உதித்தனன் உலகம் உய்ய

என்ற பாட்டையே பாட ஆரம்பித்து விடுகிறார்.

'இந்தப் புராணம் - பாட்டுக்களை நான் நம்பத் தயாராயில்லை' என்கிறார் நான்காவது நபர். இந்த விவாதங்களை எல்லாம் கேட்டுக்கொண்டிருந்த நான் இடைபுகுந்தேன்.

"தமிழ் நாட்டில் தெய்வ வடிவில் உருவாகியிருக்கும் வடிவங்களுக்கு எல்லாம் அடிப்படையில் ஒவ்வொரு தத்துவ உண்மையிருக்கும். எல்லாம் வல்ல இறைவனை பகவான் என்று அழைக்கிறோம். பகவான் என்னும் சொல்லுக்கு ஆறு நல்ல பொருள் அமைந்தவன் என்பதே பொருள். ஞானம், வைராக்கியம், வீரியம், ஐசுவரியம், கீர்த்தி, அறம் ஆகிய ஆறும் எவனிடத்து ஒன்று சேர்ந்திருக்கின்றனவோ அவனே பகவான். இந்த ஆறினுள் ஏதேனும் ஒன்று சிறப்பாக ஒருவனுக்கு அமைந்துவிடுமானால் அவனே பெருமகன் ஆகிவிடுகிறான். ஆறும் ஒன்று சேர்ந்து ஒருவனிடம் குடியிருக்குமானால் அவன் கடவுளே ஆகிவிடுகிறான்". இப்படி எண்ணியிருக்கிறான் தமிழன்: தமிழ்நாட்டுக் கலைஞன். அப்படி தமிழன் கற்பனை பண்ணிய தமிழ்க் கடவுளே முருகன்.

"இவ்வளவுதானா? இல்லை. இன்னும் பேரொளி படைத்தவன், அடியார்க்கு எளியவன், வேள்விக் காவலன், ஞானபண்டிதன், வீரப்பெருமகன், இன்பத் தலைவன் எல்லாம் அவனே என்று காட்டவே அவனுக்கு ஆறு திருமுகங்களைக் கற்பனை பண்ணியிருக்கிறான்" என்றெல்லாம் அறுமாமுகவனுக்கு விளக்கம் கூறினேன்.

சந்தேகப் பேர்வழியான நண்பருக்கோ, இதனால் எல்லாம் சந்தேகம் தீர்ந்த பாடாக இல்லை. இவரை மடக்குவதற்கு, அவர் பெரிதும் போற்றும் பௌதிக விளக்கம் கூறத்தான் வேண்டும் என்று எண்ணினேன், சொன்னேன்;

"இந்தப் பௌதிக உலகம் பரம்பொருளின் ஸ்தூல தோற்றமே. பரம்பொருளைக் காரண வஸ்து என்றால் இந்த உலகைக் காரியவஸ்து என்று வைத்துக் கொள்ளலாம் தானே. இந்த உலகம் பஞ்ச பூதங்களால் ஆக்கப்பட்டது. இந்தப் பூதப் பொருள்களைப் பகுத்துக் கொண்டே போனால் பகுக்க முடியாத ஒரு நிலையில் அதனை அணு என்கிறோம். அந்த அணு. இயங்கும் போது புரோட்டான், எலக்ட்ரான் என்று இரண்டு வடிவங்கள் எடுக்கின்றன. புரோட்டான் அசையாது நிலைத்து நிற்கிறது. அதைச் சுற்றி சுற்றி எலக்ட்ரான்கள் சுழல்கின்றன. அத்தகைய பூதப்பொருள்களில் கரி (carbon) என்பது ஒன்று. அதில் புரோட்டான் ஒன்றும் எலக்ட்ரான் ஆறும் இருக்கின்றன என்கின்றனர் விஞ்ஞானிகள். இந்த எலக்ட்ரான் எண்ணிக்கையில் ஆறுக்கு அதிமாகப் போய்விட்டாலும், குறைவாய்ப் போய்விட்டாலும் உயிர்த் தத்துவத்தை ஊட்டும் சக்தியை அது இழந்துவிடுகிறது. கரியில் ஆறு எலக்ட்ரான் சேர்ந்திருக்கிறது.

உயிர்த் தத்துவத்தை வளர்க்கும் நடைமுறையை விளக்கவே ஆறு கார்த்திகைப் பெண்களால் இறைவனாம் முருகன் வளர்க்கப்பட்டான் என்று உருவகப்படுத்தியிருக்கின்றனர். ஆறு பெண்கள் வளர்த்த ஆறு பிள்ளைகளையும் இணைத்தே ஓர் அறுமாமுகனை உருவாக்குகிறாள் உலகெலம் புகழ்கின்ற அன்னை உமை.

"என்ன அன்பரே விளங்குகிறதா உமக்கு இப்போது, ஆறுமுகமான பொருள் ஏன் எப்படி, அறுமாமுகனாக உருவாகியிருக்கிறது என்று" என்று ஒரு போடு போட்டேன். நண்பர் வாயடைத்துப் போய்விட்டார்.

இப்படி ஆறுமுகமான பொருளைப் பற்றிச் சிந்தித்துக் கொண்டிருந்த பொழுதுதான் அருணகிரியார் பாடிய பாடல் ஞாபகத்துக்கு வந்தது. ஆம் எல்லோருக்கும் தெரிந்த அந்த திருப்புகழ்தான்.

ஏறுமயிலேறி விளை
யாடுமுகம் ஒன்றே
ஈசருடன் ஞானமொழி
பேசுமுகம் ஒன்றே
கூறும் அடியார்கள் வினை
தீர்த்த முகம் ஒன்றே
குன்றுருவ வேல்வாங்கி
நின்ற முகம் ஒன்றே
மாறுபடு சூரரை
வதைத்த முகம் ஒன்றே
வள்ளியை மணம்புணர
வந்தமுகம் ஒன்றே
ஆறுமுகமான பொருள்
நீ அருளல் வேண்டும்
ஆதி அருணாசலம்
அமர்ந்த பெருமாளே.

என்ற பாட்டைத்தான் எத்தனை முறை நாம் படித்திருக்கிறோம், பாடியிருக்கிறோம். பாடிப்பாடி மகிழ்ந்திருக்கிறோம். இந்தப்

பாட்டு என் எண்ணத்தில் சுழலச் சுழல, இந்த ஆறுமுகமான பொருளை தமிழ்நாட்டுக் கலைஞர்கள் எப்படியெல்லாம் கல்லிலும் செம்பிலும் உருவாக்கியிருக்கிறார்கள் என்று காண என் உள்ளம் விழைந்தது. அந்த விழைவு காரணமாக நான் கண்ட ஆறுவடிவங்களே, ஆறுமுகமான பொருளை விளக்கும் வடிவங்களாக உங்கள் முன் வருகின்றன.

"அருணதள பாத பத்மம் அனுதினமுமே துதிக்க அரிய தமிழ் தானளித்த மயில் வீரனை" மயிலுடன் சேர்த்தும், பார்த்திருக்கின்றோம். மயில்மேல் ஆரோகணித்து வருவதையும் கண்டிருக்கிறோம். வந்தித்து வணங்கி இருக்கிறோம். ஏறுமயில் ஏறி விளையாடும் முருகனை நாம் எல்லாத் தலங்களிலும் காண முடிவதில்லை. மயில்மேல் ஆரோகணித்து வருவதோடு அதன் மேல் ஏறி விளையாடிக் கொண்டே வரும் கோலக்குமரனது வடிவம் ஒன்று மாயூரத்தை அடுத்த நனிபள்ளி என்னும் தலத்திலே செப்புச்சிலை வடிவத்திலே இருக்கிறது. சின்னஞ்சிறு விளையாட்டுப் பிள்ளையாக மயில்மேல் ஏறி விளையாடும் கோலம் சிறப்பாய் இருக்கிறது.

குருவாய் அரனுக்கு உபதேசம் செய்த குகனைக் காண நாம் அந்த ஞானபண்டிதன் இருக்கும் திரு ஏரகத்திற்கே விரைவோம். அங்கே மூலவனாக நிற்பவனோ கோவணாண்டியாக நிற்கிறான். செப்புச் சிலை வடிவிலும் அவன் அங்கு உருவாக வில்லை, ஏதோ முன் மண்டபத்து மாடியில் சுதை உருவில் மட்டுமே உருவாகியிருக்கிறான். அதுவும் இருபதாம் நூற்றாண்டுக் கலைஞர்கள் கைவரிசையே ஒழியப் பண்டைத் தமிழகத்துச் சிற்பிகளின் கைவண்ணத்தில் உருவானவன் அல்ல.

ஆனால், ஈசனுடன் ஞானமொழி பேசும் அந்த அழகு முகத்தைக் காண வேண்டுமென்றால் நாம் சென்னையை அடுத்த போரூருக்கே

செல்ல வேண்டும். அங்கே கருவறையைச் சுற்றியுள்ள மேலப்பிரகாரத்திலே இரண்டடி உயரத்திலுள்ள செப்புச் சிலை வடிவில் அந்த ஞான பண்டிதன் காட்சி தருவான். அப்பனின் மடிமீது இருந்துக்கொண்டே அவனுக்கு பிரணவ உபதேசம் செய்யும் கோலம் அது.

கூறும் அடியார் வினை தீர்ப்பவனது கோலத்தைத்தான் நாம் எங்கும் காணலாமே என்றாலும் ஆதி அருணாச்சலம் அமர்ந்த பெருமாளாய், அருணகிரியாரது வினைகளை எல்லாம் தீர்த்தவன் அந்த அண்ணாமலையிலே கம்பத்து இளைஞனார் கோயிலிலேயே உருவாகி இருக்கிறான். வேலோடு வில்லும் ஏந்தி, வானோர் வணங்கும் வில்தானைத்தலைவனாக இலங்கும் திருக் கோலத்தையே பார்க்கலாம் அங்கே.

குன்றுருவ வேல்வாங்கி நின்றவனையும் பல கோலங்களில் பல இடத்தும் பார்க்கிறோம். இருந்தாலும் அந்தச் செங்கோட்டு மலையின் மேல் கோழிக் கொடியும், கையில் வேலும் ஏந்தி நிற்கும் அந்த செங்கோட்டு வேலனைக் காண்பதிலே உள்ளத்திலேயே ஒரு நிறைவு ஏற்படுகிறது அல்லவா. ஆம். அந்த சேலார் வயல்பொழில் செங்கோடனைக் கண்டு தொழ நாலாயிரம் கண் படைத்திலேனே அந்த நான்முகனே என்று அருணகிரியாரே பிரலாபிக்க வேண்டுமென்றால் அவன் அழகு சொல்லும் தரத்ததாமோ.

நமக்கெல்லாம் நன்கு தெரியும் சூரபதுமனை முடிக்க இந்தக் குமரன் எழுந்தருளிய இடம், அந்த திருச்சீரலைவாய் என்னும் திருச்செந்தூர் என்று. மாறுபடு சூரனை வதைத்த கையில் வேலேந்தி நிற்கின்ற குமரனது வடிவம் மிக்க அழகானது. சிறப்பானதும் கூட. சூரனை முடித்து விட்டோம் இனி அச்சம் ஒன்று வேண்டாம் என்று சொல்லி மக்களை எல்லாம் தம் பக்கம் அழைத்து அருள் செய்யும்

அபய வரத ஹஸ்தத்தோடு காட்சி கொடுக்கும் அவனது கோலம் கண்கொள்ளாக் காட்சியாகும். அதிலும் அவனுக்கு விபூதி அபிஷேகம் பண்ணிக் கண்டால் அப்படியே மெய்மறப்போம் நாம்.

இத்தனைக் கோலத்தில் அவனை நாம் கண்டாலும் அவன் தன் காதலியாம் குறமகள் வள்ளியை மணக்க எந்த வடிவில் வந்திருக்கிறான் என்பதும் தெரிய வேண்டாமா? தினைப்புனம் காக்கும் வேட்டுவக் குமரியை மணக்க வேடுவனாகவே அல்லவா வந்திருக்கிறான். இந்த வேட்டுவக் கோலத்தைத் தேடித்தான் நான் பல தலங்களுக்குச் சென்றேன். வள்ளிமலையின் படிகளில் எல்லாம் ஏறி இறங்கினேன். அங்கெல்லாம் அவன் காணக் கிடைக்கவில்லை. கடைசியில் அவன் நாமக்கல்லை அடுத்த கொல்லிமலையிலே வேலுக்குறிச்சி என்ற சிறிய குன்றின் மீது வேட்டுவனாய் நிற்பதைக் கண்டுபிடித்தேன். அவனைக் கண்ட மகிழ்ச்சியிலே,

வள்ளிக் கிசைந்த
மணவாளன் வேட்டுவனாய்
அள்ளிக் கொளும் பேர்
அழகுடனே துள்ளுகின்ற
கோழியினைக் கையிடுக்கி
கொள்ளிமலைச் சாரலிலே
வாழுகின்றான் சென்றே
வணங்கு

என்று உங்களை எல்லாம் அந்த ஆறுமுகமான பொருளிடத்து ஆற்றுப்படுத்திவிட்டு நான் நின்று கொள்கிறேன்.

2. ஆறுபடை வீடுடையான்

கந்தர் சஷ்டி விழா ஆறுநாட்கள் நடைபெறும். இந்த ஆறு
நாட்களிலும் நாள் ஒன்றுக்கு ஒரு படைவீடு என்று ஆறு படை
வீடுகளுக்கும் சென்றுவரும் பழக்கம் உடையவர்கள் அனேகர்.
ஆனால் இதனை ஒட்டி ஒரு விவாதம், ஆறு படை என்பது சரியல்ல.
ஆற்றுப்படை என்பதே சரி என்பாரும், ஒரு 'ற்' செய்த வேலை
காரணமாகவே ஆறு படையே ஆற்றுப்படை என்றாயிற்று
என்பாரும் உளர்.

படைவீடு என்றால் ஓர் அரசன் தன் பகைவரை அழிக்கப்
போர்க்கோலம் கொண்டு தன் படையுடன் தங்கியிருக்கும் இடம்
என்று பொருள். முருகனும் தன் பகைவரான அசுரரை அழிக்க ஆறு
படைவீடுகளில் தங்கியிருக்கின்றான். அவைதாம்
திருப்பரங்குன்றம், திருச்செந்தூர், திருஆவினன்குடி, திருவேரகம்,
குன்றுதோறாடல், பழமுதிர்சோலை என்பவை. இதுதான்
கர்ணபரம்பரை வழக்கு. இத்தலங்கள் ஆறையும், நக்கீரர் தம்
திருமுருகாற்றுப் படையில் பாடி இருக்கிறார் என்பதையும்
அறிவோம். இதில் ஒரு சங்கடம். முதலில் குறிப்பிட்ட மூன்று
ஊர்களும் எங்கே இருக்கிறது என்று தெரியும். ஏரகம் என்பது
சுவாமி மலையே என்பர் ஒரு சாரர். இல்லை அது மலைநாட்டுத்
திருப்பதியாம் குமர கோயிலே என்று வாதிடுபவர் மற்றையோர்.
எது எப்படி இருந்தாலும் குன்றுதோறாடல் ஓர் ஊரைக் குறிப்பது
அன்று. முருகன் ஏறிநிற்கும் குன்றுகளுக்கெல்லாம் இப்பெயர்
பொருந்தும் என்றாலும் சிறப்பாக தணிகை மலையையே
குறிப்பிடுவதாகும் என்று கருதுவதும் உண்டு. இன்னும் பழமுதிர்
சோலையைப் பற்றியும் ஒரு விவாதம். பழங்கள் கனிந்திருக்கும்
சோலை என்றுதானே பழமுதிர் சோலைக்குப் பொருள் கொள்ள

முடியும். என்றாலும் இந்தப் பழமுதிர்சோலை மதுரைக்குப் பக்கத்தில் உள்ள அழகர் கோயில் மலைதான் என்றும் கூறுவர். இதையெல்லாம் நோக்கியபோது படைவீடுகள் ஆறு அல்ல ஆயிரக் கணக்கானவை என்று கூடக் கூறலாம்.

இன்னும் ஓர் இடர்ப்பாடு. முருகப் பெருமான் சூரபதுமனோடு போர் தொடுத்த போது படைவீடு வீரமகேந்திர புரத்தை அடுத்த ஏமகூடத்தில் இருந்தது என்று கந்தபுராணம் கூறுகிறது. அப்படியிருக்க, நக்கீரர் கூறிய ஆறு இடங்கள் எப்படிப் படைவீடுகள் ஆகும். திருப்பரங்குன்றத்திலே முருகன் தெய்வயானையை மணந்து கொள்கிறான். அது அன்றி போர் முரசம் அங்கு கொட்டியதாக வரலாறு இல்லை. ஏரகத்திலும், ஆவினன் குடியாகிய பழனியிலும் இருப்பவனோ கோவணாண்டி, தனித்திருக்கும் தவமுனிவன் இவனுக்கும், போருக்கும் தொடர்பு இருத்தல் இயலாது. தணிகையில் அமைதியை நாடுகிறான். பழமுதிர் சோலையிலோ பழைய முருகனையே காணோம். அங்கும் போர்ப்படை அமைந்திருக்க நியாயமில்லை.

இதிலிருந்து நாம் அறிவது ஆறு படைவீடு என்று நம்முன்னோர்கள் வழிவழியாக சொல்லி வருகிறார்கள். உண்மையில் நக்கீரர் நம்மை முருகனிடத்து ஆற்றுப்படுத்துகிறார் என்றே கொள்ளல் வேண்டும். ஆற்றுப்படை என்றால் வழிகாட்டுதல் என்றுதான் பொருள். பழந்தமிழ் நாட்டில் புலவர்களும், கலைஞர்களும் பரிசு கொடுக்கும் மன்னர்களையும், வள்ளல்களையும் தேடி அலைந்தனர். அப்படி அலையும்போது முன் சென்ற புலவன் ஒருவன் தான் ஒரு வள்ளலை அடுத்து அவனிடம் பரிசு பெற்று வந்த வரலாற்றைக் கூறி நீயும் அவனை அடுத்துச் சென்றால் அவ்விதமே பரிசு பெறலாம் என்று கூறுவதே ஆற்றுப்படையின் அடிப்படை. இதைப் போலவே முருகப் பெருமானிடம் சென்று அவன் அருள்

பெற்ற கவிஞன் ஒருவன் மக்களை எல்லாம் கூவி அழைத்து அப்பெருமானிடம் சென்று அவன் அருள் பெறவைப்பதே ஆற்றுப்படை.

என்றுதானே ஆற்றுப்படுத்துகிறார். இந்த முறையிலே நானும் இந்த கந்தர்சஷ்டி விழாவிலே உங்களை எல்லாம் ஆறுபடை வீடுகளுக்குமே ஆற்றுப்படுத்த விழைகிறேன். கால வசதியும் பொருள் வசதியும் உடையவர்கள் தாமே, இந்த விழா நடக்கும் ஆறு நாட்களுக்குள், ஆறுபடை வீடுகளுக்கும் சென்று ஒவ்வொரு கோயிலிலும் வணங்கித் திரும்புதல் கூடும். நானோ ஒரு சிரமும் இல்லாமல், செலவுக்கும் இடம் வைக்காமல் ஆறுபடை வீடுகளுக்கும் அநாயாசமாகவே அழைத்துச் சென்று திரும்பியும் கொண்டு வந்து சேர்த்து விடுவேன். இந்த மானசீக யாத்திரையைத் துவங்குவோமா?

ஆறுபடை வீடுகளிலும், படைவீடு என்னும் பொருளுக்கு ஏற்ற வகையில் அமைந்திருப்பது திருச்செந்தூர்தான். அதைத்தான் திருச்சீர்அலைவாய் என்று நக்கீரர் அழைத்திருக்கிறார். அலைவாய் என்ற பெயரிலேயே அது ஒரு கடற்கரைப் பட்டினம் என்று தெரியும். திருநெல்வேலி மாவட்டத்திலே கீழ்க்கோடியிலே மன்னார் குடாக் கடற்கரையிலே முருகன் சூரபதுமனை வதைத்து வெற்றி கொண்டிருக்கிறான். சூர்முதல் தடிந்த சுடர் இலை நெடுவேலைத் தாங்கியவனாகவே நிற்கிறான். அங்கே கருவறையில் நிற்கும் அவனையும் முந்திக் கொண்டே சண்முகன் நம் வரவை எதிர்நோக்கி, நிற்பவன் போல, நாம் கோயிலில் நுழைந்ததும் காட்சி தருகிறான். அவனது ஆறு முகங்களும் எப்படிப் பொலிகின்றன, எவ்வாறெல்லாம் அருள்புரிகின்றன என்பதை நக்கீரர் வாயாலேயே கேட்கலாம்.

மாயிருள் ஞாலம்

மறுஇன்றி விளங்கப்

பல்கதிர் விரிந்தன்று

ஒரு முகம்; ஒரு முகம்

ஆர்வலர் ஏத்த

அமர்ந்து இனிது ஒழுகிக்

காதலின் உவந்து

வரம்கொடுத்தன்றே; ஒருமுகம்

மந்திர விதியின்

மரபுளி வழா

அந்தணர் வேள்வி

ஓர்க்கும்மே; ஒருமுகம்

எஞ்சிய பொருள்களை

ஏம்உற நாடித்

திங்கள் போலத்

திசைவிளக்கும்மே; ஒருமுகம்
செறுநர்த் தேய்த்துச்
செல்சமம் முருக்கிக்
கறுவுகொள் நெஞ்சமொடு
களம் வேட்டன்றே; ஒரு முகம்
குறவர் மடமகள்
கொடிபோல் நுசுப்பின்
மடவரல் வள்ளியொடு
நகையமர்ந்து அன்றே

இப்படி மூவிரு முகங்களும் முறைநவின்று ஒழுகும் என்றே பாடி
மகிழ்ந்திருக்கிறார் அவர். இந்த சண்முகனே வள்ளி தெய்வானை
என்னும் இரு மனைவியரையும் உடன் இருத்திக் கொண்டே
மஞ்சத்தில் எழுந்தருளியிருக்கிறான். கோயிலின் தெற்குப் பிரதான
வாயிலில் நுழைந்து அந்த சண்முக விலாசத்தைக் கடந்தே
கருவறையில் உள்ள பாலசுப்பிரமணியனைக் காண வேணும்.
அவனோ அழகிய வடிவினன். அவனை விபூதி அபிஷேகம்
பண்ணிப் பார்த்தால்தான் அவன் அழகு முழுவதையும்
அனுபவித்தல் கூடும். இவனது அழகையும், அருளையும்
நினைத்துத் தானே,

சூரலை வாயிடைத்
தொலைத்து மார்பு கீண்டு
ஈரலை வாயிடும்
எஃகம் ஏந்திய
வேரலை வாய் தரு
சீரலைவாய் வரு
சேயைப் போற்றிப்

பாடி மகிழ்ந்திருக்கிறார்கள் பக்தர்கள். நாமும் அந்தப் பக்தர் கூட்டத்தில் கூடி நின்று வணங்கி எழுந்து மேல் நடக்கலாம்.

கார் வசதியோடு சென்றிருந்தால் அன்றே வடக்கு நோக்கிக் காரைத் திருப்பி விரைந்து செல்லலாம். அப்படி நூறு மைல் சென்றால் நாம் திருப்பரங்குன்றத்திற்கு வந்து சேரலாம். மதுரைக்குத் தெற்கே ஆறு மைல் தூரத்தில் இருக்கிறது திருப்பரங்குன்றம்.

அங்கு ஓங்கி உயர்ந்து நிற்பது பரங்குன்று. அதனையே சிக்கந்தர் மலை என்பர் சாதாரண மக்கள். உண்மையில் கந்தன் மலைதான் அது. சமய வேறுபாடுகளைப் பெரிது பண்ணாத தமிழர் அம்மலை முகட்டில் முஸ்லீம் பெரியார் ஒருவரைச் சமாதி வைக்க அனுமதித்திருக்கிறார்கள். அதனால் தான் கந்தன் மலை நாளடைவில் சிக்கந்தர் மலையாக உருப்பெற்றிருக்கிறது. குன்றமர்ந்து உறையும் முருகன் இங்கு ஒரு பெரிய கோமகனாகவே வாழ்கிறான். சூரபதுமனை வென்ற வெற்றிக்குப் பரிசாகத்தானே அந்த தேவேந்திரன் தன் மகள் தேவசேனையை மணம் முடித்துக் கொடுக்கிறான். தேவர் சேனாதிபதியாக இருந்து போர்களில் வெற்றி பெற்றவன் இங்கு தேவசேனாபதியாகவே அமைகிறான். அக்கோமகன் கோயில் கொண்டிருக்கும் கோயிலும் பெரிய கோயில்தான். பலபடிகள் ஏறிக் கடந்தே அவன் சந்நிதிமுன் சென்று சேரவேணும். அங்கு மலையைக் குடைந்தமைத்த குடை வரையிலேதான் அவன் குடியிருக்கிறான். அவனை வணங்கித் திரும்பும்போது அடிவாரத்தில் உள்ள மகாமண்டபத்துத் தூண் ஒன்றில் தேவசேனையை மணந்து கொள்ளும் காட்சியையும் கண்டு மகிழலாம். இத்தலத்திற்கு வந்த சுந்தரர், அன்று முடியுடை வேந்தர் மூவரும் வந்து வணங்கிய தலம் என்பர். நாமும் இன்று முடியுடைவேந்தர் தாமே. ஆதலால் நாம் அம்மூவரைப் பின்பற்றி வணங்கி சரித்திர ஏடுகளில் இடம் பெறலாம் தானே.

அடுத்த படைவீடு என்று கருதப்படுவது பழமுதிர் சோலை. நான் முன்னமேயே சொல்லியிருக்கிறேன். இது எந்த இடம் என்று தீர்மானிப்பதில் பல கஷ்டங்கள் உண்டு என்று. என்றாலும் பலரும் ஒப்புக் கொள்ளும் பழமுதிர் சோலைதான், மதுரைக்கு வடக்கு பத்து மைல் துரத்தில் உள்ள அழகர் கோயில், அந்த அழகர் கோயிலுக்குச் சென்றால் அங்குள்ள பெரிய கோயிலில் இருப்பவன் சுந்தரராஜன் என்னும் பெருமான் அல்லவோ என்று தானே கேட்கிறீர்கள். அந்த மாமன் பின்னர் உருவானவன்தான் என்பர் பெரியோர். அவனையும் வணங்கி அங்குள்ள மலைமீது ஏறி ஒன்றரை மைல் நடந்து சென்றால் ஒரு குளிர் பூஞ்சோலையில் வந்து சேருவோம். அங்கு தான் நூபுர கங்கை என்னும் சிலம்பாறு ஓடுகிறது. அந்தப் பழமுதிர் சோலை மலை கிழவோன் நல்ல இடத்தைத் தான் தேடி எடுத்திருக்கிறான். இங்கு அவன் கோயில் கொண்டிருந்த இடத்தில் ஒரு மண்டபமும் அதில் வேல் ஒன்றும் நீண்ட காலமாக இருந்து வந்திருக்கிறது. சமீப காலத்தில் அன்பர் பலர் சேர்ந்து ஒரு சிறுகோயிலையே கட்டி வைத்திருக்கின்றனர். இந்தக் கோயில் காரணமாக இப்பழமுதிர் சோலைக் கிழவன் கோர்ட்டு வரை வரவேண்டியவனாக இருந்திருக்கிறான். அவன் கோர்ட் வரை வந்தாலும் நாம் அவனைத் தேடிச் சென்று கண்டு வணங்கித் திரும்பலாம். நமது கந்தர் ஷஷ்டி விழா யாத்திரையில் பழமுதிர் சோலையம் பகவனை வாழ்த்திப் போற்றிய மன அமைதியுடன் மேல் நடக்கலாம்.

ஒரு சிறப்பு என்னவென்றால் ஆறுபடை வீடுகளில் நான்கு படைவீடுகள் பாண்டி நாட்டிலேயே அமைந்திருக்கின்றன. அதில் மூன்றைத் தான் பார்த்திருக்கிறோம். அடுத்தது தான் திரு ஆவினன்குடி, ஆவினன் குடி என்றால் அது எங்கே இருக்கிறது என்றுதான் கேட்கத் தோன்றும். ஆனால் பழநி என்னும் தலமே அது

என்றால் அங்குதான் பல தடவை சென்றிருக்கிறோமே. பழநி
ஆண்டவனையும் வணங்கியிருக்கிறோமே என்றுதான் பலரும்
சொல்வார்கள். ஆம், நாம் அந்த பழநிக்கே செல்லலாம். பழநி
மலைக் கோயிலும் அங்குள்ள ஆண்டவன் சந்நிதியும்
பிற்காலத்தில்தான் எழுந்திருக்க வேண்டும். அங்குள்ள
பழமையான கோயில், மலை அடிவாரத்தில் உள்ள திரு ஆவினன்
குடிக் கோயில் என்பர். அந்த ஆவினன் குடி உறை அமலனைத்
தானே நக்கீரர் பாடியிருக்கிறார்.

ஆவினன் குடியில் உள்ளவனையோ அவன் பெருமைக்கு எல்லாம்
மேலான பெருமையுடைய பழநி ஆண்டவனைப் பற்றியோ
அதிகம் கூற வேண்டியதில்லை. எண்ணியது எண்ணியாங்கு எய்தும்
வகையில் அருள்புரியும் கண்கண்ட தெய்வமாக
வணங்கப்படுபவன் அல்லவா? ஆதலால் நாமும் அங்கு சென்று
விழுந்து வணங்கித் திரும்பலாம்.

இனித்தான் சோழநாட்டில் புகவேண்டும் சோழ நாட்டில் உள்ள
கோலக்குமரர்களில் எல்லாம் சிறப்பு வாய்ந்தவன் சுவாமிமலையில்
உள்ள சுவாமிநாதனே. அவன் தந்தைக்கு குருவாக அமைந்தவன்
ஆயிற்றே. பிரணவப் பொருளைத் தந்தையாம் சிவபெருமானுக்கே
உபதேசிக்கும் ஆற்றல் பெற்றவன் என்றல்லவா புராணங்கள்
பேசுகின்றன. இந்த சுவாமி மலைதான் அன்றைய ஏரகம் என்பர்.
அவனையே ஏரகத்து உறைதலும் உரியன் என்று நக்கீரர்
பாடியிருக்கிறார். அங்குள்ள சுவாமிநாதனையும் வணங்கலாம்.
அதிலும் அவனை ராஜகோலத்தில் அலங்கரித்து இருக்கும் போது
கண்டால் 'ஏழ்தலம் புகழ் காவேரியால் விளை சோழ மண்டல மீதே
மனோகர ராஜகம்பீர நாடாளும் நாயகன்' என்று அருணகிரியார்
பாடியதின் பெருமையையும் அறியலாம்.

சரி, ஆறில் ஐந்து தலங்கள் சென்று விட்டோம். கடைசியாக எங்கு செல்வது என்பதுதான் பிரச்சனை. இந்த நக்கீரர் கடைசியாக குன்றுதோறாடும் குமரர்களிடம் அல்லவா நம்மை ஆற்றுப் படுத்துகிறார். குன்றுதோறாடும் குமரர்கள் ஒன்றா இரண்டா, தமிழ்நாட்டில் உள்ள ஒவ்வொரு குன்றின் பேரிலும் தான் ஒரு குமரன் கோயில் இருக்கிறதே. தெற்கே கன்னியாகுமரி மாவட்டத்தில் உள்ள குமரகோயிலிலிருந்து வடக்கு நோக்கி நடந்தால், திருமலையில் ஒரு முருகன், மயிலத்தில் ஒரு முருகன், செங்கோட்டில் ஒரு வேலன் என்றெல்லாம் வடவேங்கடம் தென் குமரியாயிடைத் தமிழ் கூறும் நல்லுலகத்தில் குன்றுதோறாடும் குமரர்களில் சிறந்தவன் ஒருவனைக் காணவேண்டும் என்றால் திருத்தணிகை செல்ல வேணும். இத் தணிகை மலை சமீபகாலத்தில் தான் தமிழ்நாட்டுடன் இணைக்கப்பட்டிருக்கிறது. எவ்வளவோ காலத்திற்கு முன்பே தமிழ் நாட்டுடன் இணைந்திருக்க வேண்டிய இத்தணிகை ஏன் இவ்வளவு காலம் கழித்து இணைந்தது என்று ஏங்கும் நம் உள்ளம். இதே ஏக்கம் அன்று அருணகிரியாருக்கும் இருந்திருக்கிறது. அந்த ஏக்கத்தைத்தானே.

கோடாத வேதனுக்கு யான்செய்த
குற்றம் என்? குன்றெறிந்த
தாடாளனே! தென் தணிகைக்
குமரா; நின் தண்டையந் தாள்
சூடாத செ ன்னியும் நாடாத
கண்ணும் தொழாத கையும்
பாடாத நாவும் எனக்கே
தெரிந்து படைத்தனனே

என்று வெளியிட்டிருக்கிறார். நாம் அந்த ஏக்கம் உடையவர்களாக இருக்க வேண்டியதில்லை அல்லவா. நாம்தான் இந்த ஆறுபடை

வீடுடையானை அவன் இருக்கும் ஆறு தலங்களிலுமே சென்று
கண்டு வணங்கித் திரும்பியிருக்கிறோமே.

ஆறுபடை வீடு என்றெல்லாம் பேசுகின்ற போது தமிழ் நாட்டில்
இறைவழிபாடு எப்படி உருவாகியிருக்கிறது என்பதுமே தெரிகிறது.
தொல்காப்பியர் காலத்திற்கு முன்னரே தமிழ் மக்கள்
குறிஞ்சியிலும், முல்லை, மருதம், நெய்தல், நிலங்களிலும்
குடிபுகுந்து வாழ்வு நடத்தியிருக்கிறார்கள். தமிழ் மக்களது வாழ்வு
துவங்கிய இடம் மலையும், மலையைச் சார்ந்த குறிஞ்சியுமாகவே
இருந்திக்கிறது. பின்னரே அவர்கள் காடாகிய முல்லையில் இறங்கி,
வயலாகிய மருதத்தில் தவழ்ந்து நெய்தலாகிய கடற்கரை
வரையிலும் சென்றிருக்க வேண்டும். ஆதலால் தான்
இறைவழிபாடு முதல் முதல் மலைநாடாகிய குறிஞ்சியில்
தோன்றியதில் வியப்பில்லை. நீண்டுயர்ந்த மலையிலே பிறந்த
இறை வழிபாடு அகன்று பரந்த கடற்கரைக்கே நடந்திருக்கிறது.
அதற்கடுத்தபடியாகத்தான் காடாகிய முல்லையிலும், வயலாகிய
மருதத்திலும், பரவியிருக்கிறது. இந்நாடுகளிடையே எழுந்த பலபல
குன்றுகளிலும் சிலசில சோலைகளிலும் புகுந்திருக்கிறது.
இதையெல்லாம் தெரிந்த நக்கீரர், இறை வழிபாட்டை மலையாம்
திருப்பரங்குன்றத்திலே துவங்கி, கடற்கரையாம் திருச்செந்தூரிலே
நடத்தி, காடாகிய ஆவினன் குடியிலும் வயல் வெளியாகிய
ஏரகத்திலும், சோலையாகிய பழமுதிர் சோலையிலும்
பரவவிட்டிருக்கிறார். இப்படி ஆதியில் எழுந்த இறை வழிபாடே,
தமிழ் நாட்டில் முருகன் வழிபாடாக வளர்ந்திருக்கிறது என்று
தெரிந்து கொள்கிறோம் நாமும்.

சமீபத்தில் நான் ஒரு கூட்டத்துக்குச் சென்றிருந்தேன். அங்கு ஓர் தமிழ் அறிஞர் பேசிக் கொண்டிருந்தார். இடையே அப்பர் பாடலில் பிரபலமான பாடல் ஒன்றை எடுத்துச் சொன்னார். அந்தப் பாடல் இதுதான்;

நாம் யார்க்கும் குடி அல்லோம்

நமனை அஞ்சோம் நரகத்தில்

இடர்ப்படோம் நடலை இல்லோம்

ஏமாப்போம், பிணி அறியோம்

பணிவோம் அல்லோம், இன்பமே

எந்நாளும் துன்பமில்லை

தாம் யார்க்கும் குடி அல்லாத்

தன்மையான சங்கரன் நற்

சங்க வெண்குழை ஓர்காதில்

கோமாற்கே நாம்என்றும்

மீளா ஆளாய்க் கொன்மலர்ச்

சேவடி இணையே குறுகினோமே.

இந்தப் பாடலை நான் மிகவும் அனுபவிப்பவன். சமண மதத்திலிருந்து சைவனாக மாறிய நாவுக்கரசரை சமண மன்னனாகிய மகேந்திரவர்மன் பலவிதங்களில் துன்புறுத்தியபோது அவனது ஆணைகளுக்கு அஞ்சாது எதிர்த்து நின்ற அடியாரது உளத்திண்மையை விளக்கும் அற்புதமான பாசுரம் என்று. இந்தப் பாடலை படித்து மகிழ்ந்தவன். ஆனால் பேச்சாளரோ இதைப் பற்றியோ, பாட்டின் பொருளைப் பற்றியோ, பாட்டைப்பாடிய அப்பர் உளத்திண்மையைப் பற்றியோ ஒன்றும் கூறவில்லை. அவர்

கூறியதெல்லாம் இந்தப் பாடலில் எத்தனை 'ஓம்' வருகிறது என்று பாருங்கள். மொத்தம் ஒன்பது ஓம் வருகிறது. 'ஓம்' என்னும் பிரணவ மந்திரம், இந்தப் பாடலில் முழுவதும் ஒலிப்பதன் காரணமாகத்தான் இந்தப் பாடலில் ஒரு மந்திர சக்தி இருக்கிறது. அதனால் இப்பாடலைப் பாடப்பாட மந்திர உச்சாடனத்தால் ஏற்படும் பலன் நமக்குக் கிடைக்கிறது என்று பேசினார். இதைக் கேட்டு உள்ளூர நகைத்துக் கொண்டே வீடு திரும்பினேன் அன்று. நானே பாடல்களில் சொல்லும் பொருளும், பண்ணும் இசையும் எப்படி இணைந்திருக்கின்றன என்பதை உணர்ந்து உணர்ந்து அனுபவிக்கும் பழக்கம் உடையவன். ஆதலால் பாடலில் எத்தனை 'ஓம்' என்று கணக்குப் போடுவதெல்லாம் சிறுபிள்ளைத் தனம் என்று கருதுகின்றவன்.

ஆனால் பிரணவம், பஞ்சாக்ஷரம் முதலிய மந்திரங்களின் பெருமையைப் பற்றி நமது சமய குரவர்கள் எல்லாம் பாடியிருக்கிறார்களே, அது எல்லாம் உண்மையில்லையா என்றும் எண்ணிற்று என் மனது. இறைவனே பிரணவ சொரூபமாக இருக்கிறான் என்கிறார்களே.

என் உபாசனா மூர்த்தியாகிய விநாயகனே பிரணவ சொரூபிதானே என்றெல்லாம் என்மனம் அலைபாயும்

காதலாகிக் கசிந்து கண்ணீர் மல்கி
ஓதுவார் தம்மை நன்னெறிக்கு உய்ப்பது
வேதம் நான்கினும் மெய்ப்பொருளாவது
நாதன் நாமம் நமச்சிவாயவே.

என்று பஞ்சாக்ஷரத்தின் பெருமையைச் சம்பந்தர் பாடி இருக்கிறார். அப்பரோ,

சொல்துணை வேதியன் சோதிவானவன்
பொன்துணை திருந்தடிப் பொருந்தக் கைதொழ
கல்த்துணைப் பூட்டி ஓர் கடலில் பாய்ச்சினும்
நல்த்துணை யாவது நமச்சிவாயவே

என்று ஐந்தெழுத்து மந்திரத்தை மறவாமல் சொல்லிச்சொல்லி
அதில் இன்பம் கண்டிருக்கிறாரே. மணிவாசகரோ தன்னுடைய
சிவபுராணத்தையே

நமச்சிவாய வாழ்க
நாதன் தாள்வாழ்க
இமைப் பொழுதும் என் நெஞ்சில்
நீங்காதான் தாள் வாழ்க

என்றுதானே துவங்கி இருக்கிறார். இப்படி எல்லாம் பஞ்சாக்ஷரப்
பெருமையை எல்லோரும் கூறுகிறார்களே இதன் உண்மைதான்
என்ன என்று அறிய விரும்பினேன். அதிலும் முருக பக்தர்கள்
எல்லாம் 'சரவணபவ' என்னும் ஆறெழுத்து மந்திரத்தின்
அருமையை உணர்வார்களா என்று விசாரிக்க ஆரம்பித்தேன்
பலருக்குத் தெரியவில்லை. ஒரு அன்பரோ அது சரவணபவ
இல்லை. அதை 'சரஹணபவ' என்றே சொல்ல வேண்டும் என்று
ஒரு போடு போட்டார். இதைப் பற்றி எல்லாம் ஒரு சில
சொற்களால் சொல்லவே இதனை எழுதுகிறேன்.

எப்படி சிவனை வணங்குகிறவர்கள் நமசிவாய என்றும்,
விஷ்ணுவை வணங்குகிறவர்கள் நாராயண என்றும் மந்திர
உச்சாடனம் செய்கிறார்களோ அதைப் போலவே முருக பதக்தர்ள்

சரவணபவ என்னும் ஆறெழுத்து மந்திரத்தை உச்சரிக்கிறார்கள். முருகனுக்கே ஒரு பெயர் சரவணன் என்று அவன் பிறப்பைப் பற்றிய கதை தெரியும். இறைவனது நெற்றிக் கண்ணிலிருந்து உதிர்ந்த பொறிகளை அக்கினி ஏந்தி வாயுவிடம் கொடுக்க, வாயு கங்கையிலே விட, கங்கை சரவணப் பொய்கையில் விட்டுவிடுகிறாள். அங்கே ஆறு பொறிகளும் ஆறு குழந்தைகளாக உருப்பெற அந்தக் குழந்தைகளைக் கார்த்திகைப் பெண்கள் எடுத்துப் பாலூட்டி வளர்க்கிறார்கள். அந்த ஆறு குழந்தைகளையும் அன்னை பார்வதி சேர்த்து எடுத்தபோது கார்த்திகேயன் ஆறுமுகனாக உருப்பெருகிறான் என்று அவனது அவதார தத்துவம் பேசப்படுகிறது. இதனையே கந்தர் கலிவெண்பாவில் குமர குருபரர் விரிவாகப் பாடுகிறார்.

பொங்கும் தழற் பிழம்பை
பொற்கரத்தால் அங்கண்
எடுத்தமைத்து, வாயுவைக்கொண்டு
ஏகுதி என்று எம்மான்
கொடுத்தனுப்ப மெல்லக்
கொடுபோய் - அடுத்தொரு
பூதத்தலைவரொடு
போதி எனத் தீக்கடவுள்
சீதப் பகீரதிக்கே
சென்றுய்ப்ப போதொருசற்று
அன்னவளும் கொண்டு அமைவதற்கு
ஆற்றாள் சரவணத்தின்
செந்னியிற் கொண்டு உய்ப்பத்
திரு வுருவாய்

என்று வளர்த்துக் கொண்டே செல்கிறார். ஆம், சரவணப்
பொய்கையில் உருவானவனையே சரவணன் என்று
அழைத்திருக்கிறார்கள். அவன் பிறந்த இடத்தின் பெருமை
விளங்கவே அந்தப் பெயரைச் சொல்லி வணங்குபவர்களுக்கு
அவன் அருள் புரிகிறான். இப்படித்தான் 'சரவணபவ' என்ற
ஆறெழுத்து மந்திரம் உருப்பெற்றிருக்க வேண்டும்.

இனி அந்த ஆறெழுத்து மந்திரத்தின் பொருள் என்ன என்று தெரிந்து
கொள்வோமா? அதற்காக நாம் அந்தத் திருச்செந்தூர்
தலபுராணத்தையே ஒரு புரட்டுப் புரட்ட வேண்டும். அதில் ஒரு
பாட்டு:

சரவணபவன் என்று ஓதும்
தாளறு பதங்கள் மூன்றில்
பரவுறு சரம் என்றாய
பதமது சலமே யாகும்
வருவநம வாசமித்த
வான்மதம் இரண்டும் பார்க்கில்
அரிது மா தவத்தும்
நாராயணனும் அருத்தும் ஆமால்

சர என்றால் புரைநீர் என்றும் வ என்றால் இருப்பிடம் என்றும்
பொருளாம். இவைகளை இணைத்து நோக்கினால் புதிய பெரிய
தவத்தை உடைய நாராயணன் என்றும் பொருளைக் கொடுக்கும்
என்பர். இன்னும் ச என்றால் மங்களத்தையும் ர என்றால்
ஒளியையும் வ என்றால் அமைதியையும் ந என்றால் பேரன்பையும்
குறிக்கும். ஆதலால் இந்த நான்கின் அடிப்படையிலே
தோன்றியவனே சரவணபவன். சரவணப் பொய்கை என்றாலே
நாணல் புற்கள் செறிந்த பொய்கை என்று பொருள் கூறுவாரும்

உண்டு. சரவணபவ என்னும் ஆறெழுத்து மந்திரத்தை உச்சரிப்பதால் சர்வ மங்களமும் உண்டாகும் என்பதும் விளக்கமுறும்.

இன்னும் சரவணன் என்றாலே நாராயணன் என்றே பொருள் என்பதால் எல்லா மந்திரங்களுமே ஒரு பொருளையே குறிக்கும் என்பதும் விளக்கமுறுகின்றது. அஞ்செழுத்து மந்திரமாயினும், ஆறெழுத்து மந்திரமாயினும் இல்லை எட்டெழுத்து மந்திரமாயினும் எல்லாம் குறிக்கும் பரம்பொருள் ஒன்றே தான் என்பது உறுதியாகிறதல்லவா? ஏரகத்து உறையும் முருகனிடத்து நம்மை ஆற்றப்படுத்தும் நக்கீரர்,

ஆறுஎழுத்து அடங்கிய
அருமறைக் கேள்வி
நா இயல் மருங்கில்
நவிலப் பாட

வேண்டும் என்கிறார்; அருணகிரியாரோ

ஆங்காரமும் அடங்கார் ஒடுங்
கார் பரமானந் தத்தே
தேங்கார் நினைப்பும் மறப்பும்
அற தினைப் போதளவும்
ஓங்காரத்து உள்ளொளிக் குள்ளே
முருகன் உருவம் கண்டு
தூங்கார், தொழும்பு செய்யார்
என்செய்வார் யமதூதருக்கே?

என்று மக்களைப் பார்த்து இரங்குகின்றார். ஆகவே ஓங்காரத்துள் காண்பவனும் முருகனே. நாராயணா என்னும் போதும் தோன்றுபவன் முருகனே என்றும், சரவணபவ என்னும்போதும் தோன்றுபவன் அவனாக இருத்தல் வியப்பல்லவே.

அந்த ஆறெழுத்து மந்திரத்தை உச்சரிக்க உச்சரிக்க உடம்பில் ஒரு சக்தி, உள்ளத்தில் ஒரு தெம்பு உண்டாகும் அழைத்த போதெல்லாம் வருவதற்கு காத்து நிற்பவன் ஆயிற்றே.

சூலாயுதம் கொண்டு
யம தூதர் வந்து என்னைச்
சூழ்ந்து கொண்டால்
வேலாயுதா என்று
கூப்பிடுவேன் அந்த
வேளைதனில் மாலான
வள்ளி தெய்வானை
யொடு மயில் விட்டு இறங்கி
காலால் நடந்து
வரவேணும் என்
கந்தப்பனே

என்று பிரார்த்தித்துக் கொள்கிறார் ஒருவர். மயிலில் ஏறிவந்தால் கூட காலதாமதம் ஆகிவிடுமாம். கால தாமதம் இல்லாமல் காலால் உடனே நடந்து வந்து விடவேண்டும் என்று ஆசைப்படுகிறார். என்ன ஆசை பார்த்தீர்களா? ஆறெழுத்து மந்திரத்தினை நினைத்து நினைத்து உரு ஏறிய உள்ளமல்லவா இப்படி எல்லாம் பேசுகிறது.

4. இன்னமும் சின்னவன் தானா?

ஒரு தமிழ்க் கவிஞன், தமிழ்க் கடவுள் முருகனிடத்து அளவிறந்த பக்தியுடையவனாக வாழ்கிறான். முருகன் என்றால் அழகன், இளைஞன் என்றெல்லாம் அறிகிறான் என்றும் இளையாய், அழகியாய் என்றெல்லாம் பாடிய கவிஞர் பரம்பரையிலே வந்த கவிஞன்தானே இவன். கவிஞன் என்ற உடனேயே அவனுக்கு முன்னே அவன் வறுமை போட்டி போட்டுக் கொண்டு வந்து நிற்குமே. வறுமையால் நலிகிறான். வீட்டிலோ மனைவி மக்கள் எல்லாம் உண்ண நல்ல உணவின்றி, உடுக்க நல்ல உடையின்றி வாடுகிறார்கள். இத்துடன் வாழ்க்கையில் எத்தனையோ துயரம் அவனுக்கு. இத்தனை துயரையும் துடைக்க வழி ஒன்று உண்டு என்பதையும் அறிவான் பக்தன். தன் வழிபடு கடவுளான முருகனிடம் முறையிட்டால், அந்தக் கலியுக வரதன் தன் துயர் துடைத்து செல்வம் கொழிக்கும் வாழ்க்கை அருளுவான் என்பதெல்லாம் அவனுக்குத் தெரியும். இந்த நிலையில் மனைவி வேறே கவிஞனை, 'என்ன? உங்கள் முருகனிடம் முறையிட்டு வேண்டிக் கொள்ளுங்களேன். பக்தர்கள் துயரை எல்லாம் துடைத்தவனுக்கு உங்கள் துயரத்தை நீக்குவது என்பது சாத்தியமற்ற காரியமா என்ன?' என்றெல்லாம் அடிக்கடி ஞாபகப் படுத்துகிறாள். கவிஞன் மெத்தப் படித்தவன் ஆயிற்றே. அவனுக்கு ஒரு சந்தேகம், இந்த முருகன் சின்னஞ்சிறு பிள்ளைதானே. அன்னை மடிமீது தவழும் இந்த இளவயதில் அவள் அமுதுட்டினால்தானே உணவருந்தத் தெரியும். அவனோ தாய்க்கு அருமையான பிள்ளை. அதனால் அவள் அவன் கண்ணுக்கு மையிட்டு, நெற்றிக்குப் பொட்டிட்டு, அழகு பார்த்துக் கொண்டே இருப்பாள் அடிக்கடி எடுத்தணைத்து முத்தம் கொடுப்பாள் கொஞ்சலாகக் கன்னத்தைக் கிள்ளி விளையாடுவாள். இப்படி எல்லாம் தாயொடு விளையாடும்

இந்த வயதில் பக்தர்கள் துயரை எல்லாம் அவன் அறிதல் சாத்தியமா? இல்லை. நாமே சென்று சொன்னாலும் அதைத் துடைக்கும். ஆற்றல்தான் இருக்குமா அவனுக்கு? பிள்ளை கொஞ்சம் வளரட்டும், நல்ல இருபது வயதுக் காளையாய் இடர்துடைக்கும் நாயகனாக மாறட்டும். அப்போது நம் குறைகளைச் சொல்லிக் கொள்ளலாம். அப்போதுதானே அவனுக்கும் நம் துயர் துடைப்பது எளிதாக இருக்கும் என்றெல்லாம் எண்ணி எண்ணி, முருகனிடம் விண்ணப்பம் செய்வதை ஒத்திப் போட்டுக் கொண்டே வருகிறான், பக்தன் பல வருஷங்களாக.

ஆனால், ஒரு நாள் பக்தனுடைய நண்பர் ஒருவர், அவனை கூட்டிச் செல்கிறார் தன்னுடன், ஆறுபடை வீடுகளில் அழகான படைவீடாகிய திருச்சீர் அலைவாய்க்கே கூட்டி வந்து விடுகிறார் நண்பர். அங்கே முருகன் கோயில் கொண்டிருக்கிறான் என்பதெல்லாம் பக்தன் அறிந்தவன் தான். ஆகவே நண்பருடன் கடற்கரையிலே உள்ள அந்த வேலவன் கோயிலுக்கே செல்கிறான். அலை வந்து மோதும் அந்தக் கோயிலின் தெற்கு வாயில் வழியாக சண்முக விலாசத்தைக் கடந்து கோயிலுக்குள் நுழைகின்றான். அத்தனை நேரமும், கூனிக் குறுகி குனிந்து நடந்த பக்தன் நிமிர்ந்து நோக்குகிறான். அப்போது அவனுக்குக் காட்சி கொடுக்கிறான் சண்முகன். அன்று அங்கே அவனைத் தடுத்து ஆட்கொள்ள நிற்பவன் பாலனும் அல்ல, பால சந்நியாசியும் அல்ல. ஒராறு முகங்களும் ஈராறு கரங்களும் கொண்ட சண்முகநாதனே வேலேந்திய கையுடன் வீறுடன் நிற்கிறான் அங்கே.

வேல் கொண்ட கையும்,
விறல் கொண்ட தோளும்,
விலங்கு மயில்

மேல் கொண்ட வீறு
மலர் முகம் ஆறும்,
விரைக்கமலக்
கால் கொண்ட வீரக்
கழலையும் காண்கிறான்

பக்தன். அவ்வளவுதான் அப்படியே அதிசயித்து நின்று விடுகிறான். இப்படி நிற்பவன் ஏதோ ஆடையும் அணிகளும் அணியாமல் பஞ்சைப் பரதேசியாகவா நிற்கிறான்? ஒரே தங்கமயமான பொன்னாடை புனைந்து, ரத்னகசிதமான அணிகளையும் அணிந்து நிற்கிறான். தலையில் அணிந்திருக்கும் கிரீடம் ஒன்றே அரை லக்ஷம் ரூபாய் பெறும். தோளில் அணிந்திருக்கும் வாகுவலயமோ ஒரே ரத்னமயம், ஏந்தியிருக்கும் வைரவேலோ லேசாக இரண்டு லக்ஷம் பெறலாம். ஆளுக்கே கொடுக்கலாம் ஜாமீன் ஐந்து லக்ஷத்துக்கு. அத்தனை செளந்தர்யத்துடன், சொத்து சுதந்திரத்துடன் கம்பீரமாக நிற்கிறான் ஆறுமுகன். இவ்வளவுதானா? இந்த அழகன் பக்கத்தில் ஒன்றுக்கு இரண்டு மனைவியர், அழகனுக்கு ஏற்ற அழகிகளாக அன்னம் போலவும் மயில் போலவும் காட்சி கொடுக்கிறார்கள். வஞ்சனையில்லாமல் மனைவியர் இருவருக்கும் அழகான ஆடைகளையும், அளவற்ற ஆபரணாதிகளையும் அணிவித்து அழகு செய்திருக்கிறான். இதையெல்லாம் பார்த்த பக்தனுக்கோ ஒரே கோபம், இன்னுமா இவன் சின்னப்பிள்ளை என் குறைகளை எல்லாம் நான் முறையிடாமலே அறிந்து கொள்ளும் வயதில்லையா, இல்லை ஆற்றல்தான் இல்லையா? ஏன் இவன் நமது துயரைத் துடைத்திருக்கக் கூடாது' என்றெல்லாம் குமுறுகிறான். குமுறல் எல்லாம் - கவிஞன் ஆனதினாலே - ஒரு பாட்டாகவே வெளிப்படுகிறது. பக்தன் அப்போது பாடிய பாட்டு இதுதான்.

முன்னம் நின் அன்னை அமுதூட்டி,
மையிட்டு, முத்தமிட்டுக்
கன்னமும் கிள்ளிய நாளல்லவே,
என்னைக் காத்தளிக்க
அன்னமும் மஞ்ஞையும் போல இரு
பெண் கொண்ட ஆண்பிள்ளை நீ,
இன்னமும் சின்னவன் தானோ
செந்தூரில் இருப்பவனே

என்று பாடுகிறான். 'அன்னமும், மஞ்ஞையும் போல் இரு பெண்
கொண்ட ஆண் பிள்ளை நீ' என்று ஆங்காரத்துடனேயே கேட்கிறான்
ஆறுமுகனை. இன்னமும் சின்னவன்தானோ? என்று முடிக்கும்
போது கவிஞனின் ஆத்திரம் அளவு கடந்தே போய்விடுகிறது.
இப்படிப் பாடிய கவிஞன், பக்தன் வேறு யாருமே இல்லை.
படிக்காசுப் புலவன் தான்.

இடையறாத அன்பினாலும், வழிபாட்டினாலும், இறைவனை
அடைய முயலும் பக்தர்கள் எல்லாம், அவனோடு சாந்தம், தாஸ்யம்,
ஸக்யம், வாத்சல்யம், மதுரம் என்னும் ஐந்து வகை பாவனைகளில்,
உறவு முறைகளில் ஒன்றை அமைத்துக் கொண்டு உறவாடி
மகிழ்கிறார்கள். இறைவனும் அவரவர் விருப்பத்திற்கு ஏற்ற
முறையில், இயன்ற பக்குவத்தில், தன் தெய்வீக வடிவங்களை
அமைத்துக் கொண்டு அவர்களோடு பழகி வருகிறான். தன்னைத்
தந்தையாகப் பாவிப்பவர்களுக்கு தந்தையாகவே இருக்கிறான்.
தோழனாகப் பாவிப்பவர்களுக்கு அவன் தோழனே. நாயகனாகப்
பாவிப்பவர்களுக்கு நாயகனாக இருப்பவனே, குழந்தையாகப்
பாவிப்பவர்களுக்கு குழந்தையாக மாறி விடுகிறான்.

சமயகுரவரில் ஒருவரான ஞானசம்பந்தர் தன்னை இறைவனது சேயாகப் பாவித்துப் பழகத் தெரிந்திருந்தார். இறைவனையே தன் சேயாகப் பாவிக்கும் பாவனை பெற்றிருந்த பக்தர்களும் பலர். ஏன், தமிழ்நாட்டில் எழுந்த பிள்ளைத் தமிழ் எல்லாம் இறைவனை பக்தன் குழந்தையாகப் பாவித்து வழிபடும் முறைதானே. இந்த உறவு முறையில் எவ்வளவோ ஈடுபாடுகள் எல்லாம் உண்டு. குழந்தையை எடுத்துக் கொஞ்சலாம், முத்தமிடலாம், கன்னத்தைக் கிள்ளலாம். கோபித்துக் கொள்ளலாம். ஏன், அடியும் உதையும் கூட அதனிடத்தில் பெறலாம். இன்னும் என்னென்னவோ அருமையான பாவனைகளை எல்லாம் அனுபவிக்கலாம்.

இந்த ரகஸ்யங்களை எல்லாம் தெரிந்து தானே, நமது முன்னோர்கள் இறைவனைக் குழந்தை வடிவிலே வழிபட்டு இருக்கிறார்கள். விரிந்த உலகங்கள் யாவையும் தன்னுள் அடக்கிக் காக்கும் மாயவனாகிய திருமாலைப் பச்சிளங் குழந்தையாகக் கொண்டாடுவதில் தானே இன்பங் காண்கிறோம் நாம். குழந்தை முருகனைக் கொண்டாடும் முறையும் இப்படித்தான். இதைத்தான் பார்த்தோமே படிக்காசுப் புலவர் பாடலில் மேல்நாட்டு அறிஞர்களும் கிறிஸ்துவை அன்னை மேரியின் அருமைப் பிள்ளையாகத் தானே கொண்டாடி மகிழ்கிறார்கள். ஆம், எல்லாம் வல்ல இறைவன் என்றைக்கும் இளையவனாக இருக்கிறான் நமக்கெல்லாம்.

இன்னும் ஒருபடி மேலே. இறைவனை மட்டும் குழந்தையாக ஆக்கிக் கொண்டால் போதாது; பக்தனும் தன்னைக் குழந்தையாக ஆக்கிக் கொள்ள வேணும். ஐந்து வயதுப் பாலகனாக இருக்கிற போதுதானே ஆற்றங்கரைப் பிள்ளையாருடன் அளவளாவி விளையாட முடிகிறது. அவருடைய கொம்பைப் பிடித்து அசைத்து, அவருடைய காதைப் பிடித்துத் திருகி, பிள்ளைத் தோழனாக உறவு

கொண்டாட முடிகிறது. வயது ஏற ஏற, அறிவு வளர வளர, கடவுள்,
தெய்வம், பாவம், புண்ணியம் என்றெல்லாம் அறிய, அறிய, நாம்
இறைவனை நெருங்க அஞ்சுகிறோம். எட்டி நின்று கும்பிடு
போட்டு விட்டு திரும்பிவிட விரைகிறோம். அப்போது நமக்கும்
இறைவனுக்கும். இடையே உள்ள தூரமும் அகன்று கொண்டே
போகிறது. இறைவன் குழந்தையாகவும் நாம் மனிதனாகவும்
இருந்தால் பயனில்லாது போய்விடுகிறது. ஆதலால் நாமும், பக்தி
செலுத்த விரும்பும் நாமும், குழந்தைகளாகவே மாறிவிட
வேண்டும். இத்தகைய எண்ணத்தைத் தான் நம் உள்ளத்தில்
உருவாக்கி விடுகிறான் இளைஞனான முருகன், அழகனான குமரன்.

உருவாய் அருவாய் உளதாய் இலதாய்
மருவாய் மலராய் மணியாய் ஒளியாய்க்
கருவாய் உயிராய்க் கதியாய் விதியாய்க்
குருவாய் வருவாய் அருள்வாய் குகனே

அவதாரம்

தமிழ்க் கடவுள் முருகனைப் பற்றி, அவன்றன் அவதார
தத்துவத்தைப் பற்றி எத்தனை எத்தனையோ கதைகள். புராதனமான
வால்மீகி இராமாயணம், இடையிட்ட சங்கச் செய்யுள் பரிபாடல்,
பிற்காலத்திய கந்தபுராணம், கந்தர் கலிவெண்பா, எல்லாம்
கிட்டத்தட்ட ஒரே கதையையே கூறுகின்றன. இறைவனது நெற்றிக்
கண்ணிலிருந்து உதிர்ந்த பொறிகளை, அக்கினி ஏந்தி வாயுவிடம்
கொடுக்க வாயு கங்கையில் விட கங்கை சரவணப் பொய்கையில்
விட்டு விடுகிறான். அங்கே ஆறு பொறிகளும் ஆறு குழந்தைகளாக
உருப்பெற அந்தக் குழந்தைகளைக் கார்த்திகை மாதர் அறுவர்
எடுத்துப் பாலூட்டி வளர்க்கிறார்கள். அந்த ஆறு குழந்தைகளையும்
அன்னை பார்வதி சேர்த்து அணைத்து எடுத்த போது கார்த்திகேயன்

ஆறுமுகனாக உருப்பெறுகிறான். பேரொளி படைத்தவன்,
அடியார்க்கு எளியவன். வேள்வி காவலன், ஞான பண்டிதன், வீரப்
பெருமகன், இன்பத் தலைவன் எல்லாம் அவனே என்று
புலப்படுத்தவே, அவனது ஆறு திருமுகத்தைக் கற்பனை
பண்ணியிருக்கிறார்கள் நமது முன்னோர். அப்படி எல்லாம்
விளக்கம். கூறுவதைவிட இந்த அறுமுகவன், அழகனாக, குமரனாக
மக்கள் உள்ளத்தில் எப்படி உருப்பெறுகிறான் என்பதை தமிழ்
மக்களது இறை உணர்வு வளர்ந்த வரலாற்றிலேயே தெரிந்து
கொள்ளலாம் தானே!

'கல் தோன்றி மண் தோன்றாக் காலத்தே முன் தோன்றி மூத்த'வர்கள்
தமிழ் மக்கள். அந்தப் பழங்குடி மக்கள் உண்ணத்
தெரிந்திருக்கிறார்கள் உறங்கத் தெரிந்திருக்கிறார்கள்; உடுக்கத்
தெரிந்திருக்கிறார்கள். இதனால் அவர்கள் வாழ்வில் ஓர் அமைதி
நிலவி இருக்கிறது. ஆனால் இந்த அமைதியைக் குலைத்திருக்கிறது
இயற்கையில் எழுந்த இடியும் மின்னலும், ஆற்றில் புரண்ட
வெள்ளமும், காற்றில் தோன்றிய கடுமையும். அவர்கள் வாழ்க்கைப்
படகே ஆட்டம் கொடுத்திருக்கிறது. சுழற் காற்றையும்
சூராவளியையும் குமுறும் நிலத்தையும் கண்டு பயந்திருக்கிறார்கள்
இந்தப் பயத்திலே பிறந்திருக்கிறது இறை உணர்வு.

இந்த உலகிலே காணும் நிலம், நீர், அனல், காற்று, ஆகாயம்
என்னும் பஞ்ச பூதங்களின் பயங்கர நிலையைக் கண்டு அஞ்சி,
அஞ்சியே இறைவனை நினைந்திருக்கிறார்கள். முதலில் அஞ்சி
வழிபட்ட ஐம்பூதத்தின் சாந்த நிலையைக் கண்ட பின் தான். அன்பு
பிறந்திருக்கிறது அவர்கள் உள்ளத்திலே. உலகின்
நன்மைக்கெல்லாம் காரணமாய் இருக்கும் ஆதவன், அவன்
ஒளியிலே பங்கு பெற்று அவன் வெம்மையைக் குறைத்து,
தண்மையையே அளிக்கும் சந்திரன், இரண்டிற்கும் அடுத்தபடியாக

ஆக்கவும் அளிக்கவும் உதவும் அனல், இவற்றையே கொடிநிலை, வள்ளி, கந்தழி என்றெல்லாம் பெயரிட்டு வணங்கியிருக்கிறார்கள். இப்படி உருவான இறை உணர்ச்சியிலேயும் ஒரு குறை என்றுமே இருந்துவந்திருக்கிறது. உண்ணத் தெரிந்ததோடு, உடுக்கத் தெரிந்ததோடு வாழ்வு பூரணமாகவில்லை என்பதை உணரத் தொடங்கியிருக்கிறார்கள். அப்போது அவர்கள் நீண்டு உயர்ந்த மலையைக் கண்டு அதில் வளரும் மரம் கொடிகளைக் கண்டு, அந்தச் செடிகளில் மலரும் மலர்களைக் கண்டு. அந்த மலர்களில் எழும் மணத்தினை நுகர்ந்து இன்பம் பெற்றிருக்கிறார்கள். அப்படியே அகன்ற பரந்த கடலிலே, அந்தக் கடல் அலைகளின் ஒலியிலே, அந்த ஒலி எழுப்பிய இன்னிசையிலே உள்ளம் பறிகொடுத்திருக்கிறார்கள். அஞ்சி வழிபட்ட உள்ளத்திலே அன்பு கலந்த இன்பம் பிறந்திருக்கிறது. இந்த இன்பத்தை உருவாக்க அழகுணர்ச்சி தோன்றியிருக்கிறது. அப்படித்தான் மலை மூலமாக, அலை மூலமாக, கலை மூலமாக, இறைவழிபாடு ஆரம்பித்து வளர்ந்திருக்கிறது. அந்த மலையையும், அலையையும், கலையையும் உருவகப்படுத்தியே மலை மகள், அலை மகள், கலை மகள்' என்று கற்பனை பண்ணியிருக்கிறார்கள். நின்று தொழுதிருக்கிறார்கள் விழுந்து வணங்கியிருக்கிறார்கள். இடையிடையே பழைய பயமும் விட்டபாடாக இல்லை. அந்தப் பயத்தை எல்லாம் எண்ணிய போது கலை மகள், அலை மகள், மலை மகள் மூன்று பேரையும் சேர்த்தே நினைத்திருக்கிறார்கள். அந்த மூன்று உருவமும் சேர்ந்த அன்னையைத் தான் பழையோள் - பராசக்தி என்று போற்றியிருக்கிறார்கள்.

இப்படித் தோன்றிய இறை உணர்ச்சிக்கே அடிப்படை அழகுணர்ச்சிதான். பார்க்கும் மரங்களில் எல்லாம் இறைவனின் பசிய நிறத்தைக் கண்டவன் தமிழன், கேட்கும் ஒலியில் எல்லாம் அவன் கீதத்தைக் கேட்டவன் தமிழன். தீக்குள் விரலை வைத்த

போதும் அவனைத் தீண்டும் இன்பமே பெற்றவன் தமிழன்.
இத்தகைய தமிழன் அழகையே தன் வழிபடு தெய்வமாக
அமைத்துக் கொண்டதில் வியப்பில்லை தானே? அழகை
ஆராதிக்கத் தெரிந்தவனே, அழகனை, இளைஞனை, குமரனை
இயற்கையில் கண்டு மகிழ்ந்திருக்கிறான், இப்படித்தான் தமிழர்
கடவுளான முருகன், குமரன் உருவாகி இருக்கிறான் தமிழர்கள்
உள்ளத்திலே இறுதி இல்லாத நீல வானத்தை, நீலத் தோகை
விரித்தாடும் மயிலாகக் கண்டிருக்கிறான். அந்த வானம் எங்கும்
நிறைந்திருக்கும் கடவுள் தத்துவத்தையே முருகனாகக்
கொண்டிருக்கிறான். எட்டும் குலகிரி எட்டும் விட்டோட, எட்டாத
வெளிமட்டும் பதைய விரிக்கும் கலாப மயூரத்தன் உருவாகி
இருக்கிறான். இச்சைக்கு உகந்த சக்தியை வள்ளியாகவும்
கிரியைக்கு உகந்த சக்தியை தெய்வானையாகவும் கற்பனை
பண்ணியவனே, ஞானத்தின் சக்தியாக வேலையும்
நினைத்திருக்கிறான். குமரன் வேலன் ஆன கதையும் இப்படித்தான்.

முருகனாகிய குமரன் மூலமாக இறையைக் கண்ட தமிழன்,
மலைமகள் மகனாகக் கண்ட மாயோன் மருகனை, முதலிலே மலை
மேலேயே ஏற்றிவிட்டிருக்கிறான். தமிழகத்தில் மலையும், மலை
சார்ந்த இடமாகிய குறிஞ்சி நிலத்தையும் அவன் இருப்பிடமாகக்
கருதியிருக்கிறான். குன்றுதோறாடும் குமரனே என்றாலும், நெய்தல்
நிலமான அலைவாய்க்கரை, முல்லை நிலமான ஆவினன்
குடியிலும், மருத நிலமான பழமுதிர் சோலையிலும், அவனுக்கு
இருப்பிடம் அமைத்து அவற்றை அவன்றன் படை வீடுகள் எனப்
பாராட்டி இருக்கிறான். இப்படி மலையிலே பிறந்து,
கடற்கரையிலும், வயல்வெளியிலும், பழத்தோப்பிலும்
தவழ்ந்தவனே, நதிக்கரையிலே நன்றாக வளர்ந்து ஏரகம் என்னும்
செய்குன்றின் மீதும் ஏறி நின்று மக்களை வாழ்வித்திருக்கிறான்.
இந்த ஆறு நிலையையும் தான் அந்தப் பழைய புலவன் நக்கீரன்

பாட்டாக பாடி இருக்கிறான். அந்த இறைவனிடம் செல்ல
விரும்புபவர்களை எல்லாம் ஆற்றுப் படுத்தியிருக்கிறான். ஆம்.
நல்ல வழிகாட்டியாகவே அமைந்திருக்கிறான்.

5. திருச்செந்தூர்

ஆறுமுகன் கோயில் கொண்டிருக்கும் இடங்கள் ஆறு என்பதை நக்கீரர் விளக்கமாக உரைக்கிறார். அவை திருப்பரங்குன்றம், திருச்சீரலைவாய், திருஆவினன்குடி, திருவேரகம், குன்று தோறாடல், பழமுதிர்சோலை என்பதையும் அறிவோம். இந்த இடங்களே முருகனது படைவீடுகள் என்றும் குறிக்கப்படுகின்றன. இந்தப் படை வீடுகளில் ஒன்றான திருச்சீரலைவாய் என்பதே இன்றைய திருச்செந்தூர். பண்டைத் தமிழ் நூல்களில் இந்தத்தலம் திருச்சீரலைவாய், செந்தில் என்று மட்டுமே குறிக்கப்பட்டிருக்கிறது.

வெண்டலைப் புணரி, அலைக்கும் செந்தில்
நெடுவேள் நிலைகிய காமர் வியன்துறை

என்று புறநானூற்றில் கூறப்பட்டிருக்கும் இடத்திலே

திருமணி விளக்கின் அலைவாய்ச்
செருமிகு சேய்
தங்கி இருக்கிறான் என்று அகநானூறு கூறுகின்றது.

அலைவாய்ச் சேரலும், நிலைஇய பண்பே

என்று நக்கீரர் சொல்வதையே

சீர்கெழு செந்திலும், செங்கோடும்
வெண் குன்றும்
ஏரகமும் நீங்கா இறைவன்

என்று சிலப்பதிகாரம் விளக்குகிறது. சிவபிரானைப் பற்றிப் பேச
வந்த நாவுக்கரசரும்,

**நம் செந்தில் மேய வள்ளி மணாளர்க்குத் தாதை
கண்டாய்**

என்று தானே உரிமையோடு பாடுகிறார். இப்படி எல்லாம் சங்க
காலத்திலும் தேவார காலத்திலும் - செந்தில் என்று வழங்கிய ஊரே
பின்னால் செந்தூர் என்று பெயர் பெற்றிருக்கிறது.

இத்திருத்தலம் திருநெல்வேலி ஜில்லாவில், திருநெல்வேலிக்கு
கிழக்கே முப்பத்தெட்டு மைல் தொலைவில் இருக்கிறது.
அலைவாய் என்ற பழைய பெயருக்கேற்ப, மன்னார்குடாக்கடல்
கரையிலே ஒரு சின்னஞ்சிறு பட்டினமாக இருக்கிறது. இந்தக்
கடற்கரையிலே அன்றிருந்த கந்த மாதன பர்வதம் ஒரு பெரிய
மணற்குன்றாக இருந்திருக்க வேண்டும். முருகன் விரும்பியபடி
மயன் கோயிலை முதன் முதல் உருவாக்கி இருக்கிறான்.
தேவகம்மியனால் அமைக்கப்பட்ட திருக்கோயில் -நாளாக நாளாக
விரிந்து பெருகியிருக்கிறது. இன்றைய சண்முகர் சந்நிதி
பின்னர்தான் கட்டப்பட்டிருக்க வேண்டும். சுற்றியிருந்த மணல்
குன்றுகள் எல்லாம் சிறிது சிறிதாகக் குறைக்கப்பட்டு
பிரகாரங்களாக உருப்பெற்றிருக்கின்றன. மணற்குன்றே வட
பக்கத்தில் ஒரு மதிலாக இருப்பதை இன்றும் காண்கிறோம். இம்
மணல் குன்றின் தாழ்வரையில் ரங்கநாதர் பள்ளி கொண்டிருக்கிறார்.

இந்தக் கோயிலை இன்னும் விரிவாகக் கட்டியிருக்கிறார்கள்
பாண்டிய மன்னர்களும் சேர அரசர்களும். வரகுண மாறன்,
மாறவர்மன், விக்கிரம பாண்டியத் தேவர் முதலியோர் கோயில்

நிர்வாகத்திற்கு வேண்டிய நிபந்தங்களை ஏற்படுத்தி இருக்கிறார்கள், நிலதானம் செய்திருக்கிறார்கள், நந்தா விளக்குகளை நிறுவியிருக்கிறார்கள். இவை எல்லாம் பதின்மூன்றாம் நூற்றாண்டிலேயே ஏற்பட்டிருக்கின்றன. கி.பி.1729 முதல் 1758 வரை திருவாங்கூரை ஆண்டுவந்த மார்த்தாண்டவர்ம மகாராஜா தான் இந்த கோயிலில் உதயமார்த்தாண்டக் கட்டளையை ஏற்படுத்தியிருக்கிறார். இவருடைய அடிச்சுவட்டிலே தமிழ்நாட்டு ஜமீன்தார்களும், செட்டியார்களும், பிறரும் மற்றக் கட்டளைகளுக்கு வேண்டும் நிலங்களையும் சொத்துக்களையும் அளித்திருக்கிறார்கள்.

இப்படி எல்லாம் வளர்ந்த கோயில் கால வெள்ளத்தாலும், கடல் அலைகளாலும், நலியத் தொடங்கி இருக்கிறது. இந்தச் சமயத்தில் தான் மௌனசுவாமி கோயில் திருப்பணியை மேற்கொண்டிருக்கிறார். அவரும் அவருக்குப் பின் திருப்பணியைத் தொடர்ந்து நடத்திய வள்ளிநாயக சுவாமிகளும் தான், இன்று நிலை பெற்றிருக்கும் கற்கோயிலையும், ராஜகோபுரத்தையும், மற்றய மண்டபங்களையும் கட்டி முடித்திருக்கிறார்கள். இந்தத் திருப்பணி வேலை சென்ற எண்பது ஆண்டுகளாக நடைபெற்றுக் கொண்டு வருகிறது. இன்னும் செய்ய வேண்டியதும் எவ்வளவோ இருக்கிறது.

இந்த கோயிலில் இன்றும் சிறப்பாக நடைபெறும் விழாக்கள் மூன்று. ஆவணி, மாசி மாதங்களில் நடப்பவை பெரிய திருவிழாக்கள். இவைகளைவிட இங்கு நடக்கும்-முக்கியமான திருவிழா கந்தசஷ்டி திருவிழாத்தான். ஆம், சூரபதுமன், சிங்கமுகன், தாரகன் என்ற மூவரையும் வென்று வெற்றி சூடிய கந்தனுக்கு, கார்த்திகேயனுக்கு நடத்தும் திருவிழா அல்லவா? இந்த விழா நடப்பது ஐப்பசியில், சுக்லபக்ஷத்தில் ஆறு நாட்கள். சஷ்டி திதி

அன்று சூரசம்ஹார லீலை கடற்கரையிலேயே நிகழும். செந்தில் நாயகர் உலாப்போந்து, பக்தர்களுக்குக் காட்சி கொடுப்பார். ஆறு நாட்களும் விரதம் இருக்கும் அன்பர்கள் ஆணவம், கன்மம், மாயையினின்றும் விடுபட்டு பேரின்பம் எய்துவர் என்பது நம்பிக்கை. காமம், குரோதம், லோபம் முதலிய தீய குணங்களை நம்மிடம் இருந்து அகற்ற இந்த விழாக்களும் விரதங்களும் தானே துணை புரிய வேண்டும். அந்த நம்பிக்கையே இந்த சஷ்டி விரதம் அனுஷ்டிப்பவர்களுக்கு எல்லாம் எல்லா நலனையும் கொடுக்கிறது.

6. சூரசம்ஹாரம்

முருகனுடைய வரலாறுகள் பலப்பல. அவற்றில் சிறப்புடையது அவன் தேவர்களுக்கு இடையறாது இடையூறு செய்த சூரபதுமன், சிங்கமுகன், பானுகோபன் முதலியவர்களை எல்லாம் கொன்று குவித்து தேவர்களுக்கும் மக்களுக்கும் அருள் புரிந்ததே. அசுரர்கள் என்றால் ஏதோ விகார உருவம் படைத்தவர்கள் என்பது மாத்திரம் அல்ல. நமது உள்ளத்திலே உதிக்கும் அகங்காரம், காமம், குரோதம் முதலியவைகளைத் தான் உருவகப்படுத்தி அசுரர்கள் என்று கூறப்படுகிறது. இந்த அசுரர்களைத் தொலைத்து சூரசம்ஹாரம் நடத்துவதற்கு, முருகன் அருள் பாலிக்கத்தானே வேண்டும்.

சூரசம்ஹாரம் புராணங்களில் எல்லாம் ஒரே விதமாகக் கூறப்படவில்லை. 'ஏதிலாக் கற்பம் எண்ணில சென்றன, ஆதலால் இக்கதையும் அனந்தமாம்' என்று சொல்லி கந்த புராண ஆசிரியர் இத்தனை கதைகள் அந்தப் புராணங்களில் இருப்பதற்கு சமாதானம் சொல்லி விடுகிறார். ஆனால் எல்லோரும் ஒப்புக் கொள்ளும் கதைதான் கந்த புராணத்தில் சொல்லப்படுகிறது. கதை இதுதான்.

பிரம்மாவின் புத்திரன் தக்கன் ஒரு வேள்வி செய்கிறான். அந்த வேள்வியிலே தன் மருமகன் ஆம், தாக்ஷாயணியின் கணவன், சிவபிரானுக்கு அழைப்பில்லை. அங்கு அவன் கௌரவிக்கப்படவும் இல்லை. இது தெரியாமல், பிரம்மா, விஷ்ணு, இந்திரன், முதலிய தேவர்கள் எல்லாம் அந்த வேள்விக்குச் சென்று விடுகிறார்கள். இது காரணமாக சிவனுடைய அம்சமான வீரபத்திரனால் இவர்கள் எல்லாம் தண்டிக்கப்படுகிறார்கள். காணும் காணாததற்கு, சூரபதுமன் முதலிய அசுரர்களாலே துன்புறுத்தவும் படுகிறார்கள். தேவர்கள் தங்கள் துயரம் தாங்க

முடியாமல் சிவபிரானிடமே சென்று முறையிடுகிறார்கள்.
சிவபெருமானும் அவர்கள் துன்பத்தை நீக்க ஒரு குமாரனைத்
தருவதாக வாக்களிக்கிறார். சொன்ன சொல்லைக் காப்பாற்ற
தன்னுடைய ஐந்து திருமுகங்களோடு அதோ முகமும் கொள்கிறார்.
ஆறு திருமுகத்தில் உள்ள ஆறு நெற்றிக் கண்களில் இருந்து ஆறு
பொறிகள் கிளம்புகின்றன. அந்தப் பொறிகளை வாயு ஏந்திச்
சென்று அக்னியிடம் கொடுத்து விட்டுத் தப்பித்துக் கொள்கிறான்.
அக்னியும் அந்தப் பொறிகளின் வெம்மையைத் தாங்காது
கங்கையிலேயே விட்டு விடுகிறான். கங்கை இந்தப் பொறிகளை
சரவணப் பொய்கையில் கொண்டு சேர்க்கிறாள். அங்கு ஆறு
பொறிகளும் ஆறு திருக் குழந்தைகளாக மாறுகின்றன. இது நடந்தது
வைகாசி மாதத்தில் விசாக நாளில். இப்படித்தான் விசாகன்,
பிறக்கிறான் இவ்வுலகிலே.

ஆறு குழந்தைகளையும் கார்த்திகைப் பெண்கள் அறுவர் பாலூட்டி
வளர்க்கிறார்கள். இந்த கார்த்திகேயனைக் காண சிவபெருமான்
உமையம்மையொடு சரவணப் பொய்கைக்கு வருகிறார். அங்கு
அம்மை குழந்தைகள் அறுவரையும் சேர்த்து எடுத்து
அணைக்கிறாள். தன் மார்பகத்தில், ஆறு குழந்தைகளும் சேர்ந்து
ஆறுமுகத்தோடு கூடிய ஒரே பிள்ளையாக மாறுகிறான். கந்தன்
எனப் பெயர் பெறுகிறான். ஆறுமுகன் என்று எல்லோராலும்
அருமையாக அழைக்கப்படுகிறான்.

அருவமும் உருவம் ஆகி
அநா தியாய் பலவாய் ஒன்றாய்
பிரமமாய் நின்ற சோதிப்
பிழம்பதோர் மேனியாகி
கருணை கூர் முகங்கள் ஆறும்
கரங்கள் பன்னிரண்டும் கொண்டே

ஒரு திருமுருகன் வந்து அங்கு
உதித்தனன் உலகம் உய்ய

என்று அறுமுகனது அவதாரத்தைக் கூறுகிறது கந்த புராணம்

இப்படி எல்லாம் பிறந்து கந்தன் வளர்கின்ற போது சூரபதுமனும்
தேவர்களை எல்லாம் பிடித்துச் சிறையில் அடைத்துத்
துன்புறுத்துகிறான். உடனே கந்தன் தன் கடமையைச் செய்ய
முனைகிறான். தன் தந்தையின் கட்டளைப்படி அவனுடன்
புறப்படுகிறார்கள் நவவீரர்களும் மற்றவர்களும் எண்ணிறந்த
படைக்கலங்களை ஏந்திக் கொண்டு. அன்னையும் பாலகனுக்கு
நல்லதொரு வேல் கொடுத்து ஆசி கூறி அனுப்புகிறாள். இந்தப்
படையெடுப்பில் முதலில் இலக்கானவர்கள் நரகாசுரனும்,
கிரௌஞ்சமலையும் தான். இவர்களை வெற்றி காணுவது
அவ்வளவு கஷ்டமாக இருக்கவில்லைதான். அதன் பின் தன் சேனா
வீரர்களுடன் மண்ணியாற்றின் கரையை அடைந்து, அங்கு சிவனை
எழுந்தருளச் செய்து வணங்கி, தன் படைக்கலங்களை இன்னும்
பெருக்கிக் கொள்கிறான். சேயன் அமைத்த சிற்றூர் சேய்ஞலூர்
என்று பெயர் பெறுகிறது. அங்கிருந்து புறப்பட்ட முருகன்
நவவீரர்களுடன் நேரே வந்து விடுகிறான் திருச்செந்துருக்கு. ஏன்?
அதை அடுத்த வீரமகேந்திரத் தீவில் கட்டிய கோட்டையைத் தானே
தன் கேந்திர ஸ்தானமாகக் கொண்டு சூரபதுமன் ஆட்சி புரிகிறான்.
நவவீரர்களில் சிறந்த வீரபாகுத் தேவரைத் தூதனுப்புகிறான்,
சிறையிலிருக்கும் தேவர்களை எல்லாம் விடுதலை செய்யச்
சொல்லி, சூரபதுமன் இணங்கவில்லை. போருக்கே புறப்பட்டு
விடுகிறான் தன் இளைஞரோடும் வீரரோடும். குமரனும் குமுறி
எழுந்து தன்னை எதிர்த்த வீரர்களையும் சிங்கமுகாசுரனையும்
கொன்று குவிக்கிறான். ஆறுநாள் நடக்கிறது போர். கடைசியில்
போர் முருகனுக்கும் சூரபதுமனுக்குமே நேருக்கு நேர் ஏற்படுகிறது.

அந்தப் போரிலே அன்னை தந்த வேலைப் பிரயோகித்து, சூரசம்ஹாரத்தையே முடிக்கிறாள். வேற்படையால் இருகூறாகிறான் சூரபதுமன். மயிலாகி வந்த கூறைத் தன் வாகனமாகவும் சேவலாகி வந்த கூறை தன் கொடியாகவும் அமைத்துக் கொண்டு தன்னுடைய உண்மையான உருவத்தைக் காட்டுகிறான் கார்த்திகேயன். இப்படி, மணம் புரிந்த தெய்வயானையையும் வள்ளியையும் தனக்கு மிகவும் உகந்த இடமான திருச்சீரலைவாய்க்கே கூட்டி வந்து தன் பக்கத்தில் நிறுத்திக் கொள்கிறான் பக்தர்கள் எல்லாம் கண்டு களிக்க.

கொங்கை குறமங்கையின்
சந்த மணம் உண்டிடும்
கும்ப முனி கும்பிடும்
தம்பிரானே

இந்தச் செந்திலாண்டவன் கோயிலில் உள்ள ஆறுமுகனைப் பற்றி அருமையான வரலாறு ஒன்று உண்டு. அதையும் தெரிந்து கொள்ளலாம் தானே.

1648ம் வருஷம் மேல் நாட்டிலிருந்து வந்த டச்சு வர்த்தகர்கள் இங்கு வந்து தங்கியிருக்கிறார்கள். என்றோ ஒரு நாள் ஆறுமுகப் பெருமானின் திரு உருவை அவனிருக்கும் வண்ணத்திலேயே கண்டுகளித்திருக்கிறார்கள். அவர்களுடைய களிப்புக்குக் காரணம், அவன் சூரபதுமனை சம்ஹரித்த மூர்த்தி என்பதினால் அல்ல. அந்த மூர்த்தி உருவாகியிருக்கும் உலோகம் பொன்னாகத்தான் இருக்க வேண்டும் என்ற எண்ணத்தினால் தான். அந்த மூர்த்தியை எடுத்துச் சென்று உருக்கினால் அளவற்ற செல்வம் கிடைக்குமே என்று எண்ணியிருக்கிறார்கள். கோயில் நிர்வாகிகள் ஏமாந்திருந்த போதோ, அல்லது நல்ல நடுநிசியிலோ மூர்த்தியைக் களவாடி

தங்கள் கப்பலில் ஏற்றி இரவோடு இரவாக கடல் கடத்திச் செல்ல முனைந்திருக்கிறார்கள்.

ஆனால் அறுமுகனோ அவர்களுடன் நெடுந்துரம் செல்ல விரும்பவில்லை. அது காரணமாக கடலிலே புயல் அடித்திருக்கிறது. கொந்தளிக்கும் கடலிலே கப்பல் ஆடி இருக்கிறது. உத்பாதம் நேர்வதை அறிந்த அந்த டச்சு வியாபாரிகள் இனியும் அறுமுகனை தங்களுடன் வைத்திருப்பது தகாது என்று அவனை அலக்காய்த்தூக்கி குமுறும் கடலிலேயே எறிந்து விடுகிறார்கள். அதன் பின்னர் அவர்கள் தலை தப்பி தங்கள் ஊர் சென்று சேர்ந்திருக்கிறார்கள்.

கோயிலில் இருந்த அறுமுகவன் காணாமற் போன செய்தியை, நாயக்க மன்னரின் பிரதிநிதியாக விளங்கிய வடமலையப்ப பிள்ளையன் அறிந்திருக்கிறார். மிகுந்த வருத்தமுற்றிருக்கிறார். என்ன செய்வது என்று அறியாதவராய், பஞ்சலோகத்தில் இன்னொரு அறுமுகனை வார்த்தெடுத்து நிறுத்த முனைந்திருக்கிறார். ஆனால் அவர் எண்ணம் நிறைவேறும் முன்னமேயே, ஒரு கனவு கண்டிருக்கிறார். கனவில் கடலுக்குள் இருக்கும் ஆறுமுகனே வந்து, தான் இருக்கும் இடத்தை அறிவித்திருக்கிறார். 'கடற்கரையிலிருந்து ஆறு காத துரம் சென்றால் அங்கு ஒரு எலுமிச்சம்பழும் மிதக்கும். அந்த இடத்தைச் சுற்றி கருடன் வட்டமிட்டுக் கொண்டிருப்பான்; அங்கு முங்கி மூழ்கினால் நான் உந்தி வந்து விடுவேன்'. என்று கூறியிருக்கிறான். வடமலையப்ப பிள்ளையும் குறித்த இடம் சென்று ஆறுமுகனைக் கடலின் அடித்தலத்திலிருந்து எடுத்து வந்து கோயிலில் நிறுத்தியிருக்கிறார். அன்று முதல் அங்கு கோயில் கொண்டிருப்பவனே அந்தப் பழைய ஆறுமுகன், ஆம், வடமலையப்பன் தேடி எடுத்த தேவதேவன், இதன்

ஞாபகார்த்தமாக ஒரு நல்ல மண்டபத்தையும் கட்டி முடித்திருக்கிறார் அவர். அந்த மண்டபமே இன்றும் வடமலையப்பன் மண்டபம் என்று வழங்கப்படுகிறது.

இது ஏதோ கற்பனைக் கதை அல்ல. எம்.ரென்னல் என்னும் பிரெஞ்சு அறிஞர். 1785ல் ஜெர்மனியில் பெர்லின் நகரத்தில் இருந்து வெளியிடப்பட்ட சரித்திர இந்தியா என்ற புத்தகத்தில் இந்தத்தகவலை ஒரு டச்சு மாலுமியிடம் இருந்து தான் தெரிந்து கொண்டதாக குறித்திருக்கிறார். இந்த நிகழ்ச்சி 1648ல் நிகழந்தது என்றும் உறுதியாக உரைத்திருக்கிறார். 1648ல் கடலுக்குள் சென்ற ஆண்டவன் 1653ல் தான் வடமலையப்ப பிள்ளையின் மூலமாக வெளிவந்திருக்கிறான். ஐந்து வருஷம் கடலுக்குள் மூச்சைப் பிடித்துக் கொண்டு இருந்து பக்தர்கள் உய்ய நல்ல தவம் பண்ணியிருக்க வேண்டும். தவத்தால் அடைந்த புதிய சக்தியோடு வெளிவந்து பக்தர்களுக்கு அருள் செய்ய திருவுளம் கொண்டிருக்க வேண்டும். பக்தர்களும் இந்தப் புனர் நிர்மாணத்தை 1953ம் வருஷத்தில் முன்னூறாவது ஆண்டு விழாவாகக் கொண்டாடி, ஆண்டவன் கருணையை நினைந்து வாழ்த்தி, மகிழ்ந்து இருக்கிறார்கள்.

இதை ஒட்டியே இன்னொரு வரலாறு. இப்படி கடலில் இருந்து எழுந்தருளிய ஆறுமுகனை அன்று முதல் வடமலையப்ப பிள்ளையன் மண்டபத்திலே எழுந்தருளச் செய்து அங்கு மண்டபப்படி நடத்துவது வழக்கமாக இருந்து வந்திருக்கின்றது. இந்த நிலையில் பாஞ்சாலங்குறிச்சி பாளையக்காரரான கட்டபொம்ம நாயக்கர் ஒரு புதிய மண்டபம் கட்டி திருவீதி, உலாப் போந்த ஆறுமுகப் பெருமானை, வடமலையப்பிள்ளையன் மண்டபத்திற்குக் கொண்டு செல்லாமல், நேரே தன் புதிய மண்டபத்திற்கே எடுத்துச் செல்லத் திட்டமிட்டிருக்கிறார்.

பாளையக்காரரின் ஆதிக்கத்தை அறிந்த வடமலையப்ப
பிள்ளையனோ, இதைத் தடுக்க முனையவில்லை என்றாலும்
ஆண்டவன் அறியானா அவர் உள்ளம் துயர் உறுவதை.
அவ்வளவுதான், இறைவன் திரு உலா வந்த போது காற்றும்
மழையும் கலந்தடித்து அல்லோலகல்லோலப் படுத்தியிருக்கிறது.
பல்லக்குத் தூக்கியவர்களோ மேலே செல்ல இயலாதவர்களாய்ப்
பக்கத்தில் உள்ள ஒரு மண்டபத்திலேயே பல்லக்கை இறக்கி விட்டு
உட்கார்ந்து விடுகிறார்கள். மழை நின்று புயல் ஓய்ந்தபின்
பார்த்தால் பல்லக்குத் தங்கியிருக்கின்ற மண்டபம், பிள்ளையன்
மண்டபமாக இருப்பதைக் காண்கிறார்கள். கட்டபொம்மன் தன்
தவறை உணர்கிறார். பிள்ளையனிடம் மன்னிப்புக் கோருகிறார்.
பிள்ளையனும் ஐயன் கருணையை நினைந்து நினைந்து
உருகுகிறார்.

இன்னும் ஒரு வரலாறு. ஆங்கில அன்பர்கள் சிலரையும் ஆண்டவன்
பெற்றிருந்தான் என்பதற்கு பத்தொன்பதாம் நூற்றாண்டின்
துவக்கத்திலே திருநெல்வேலியிலே கலெக்டராக இருந்தவர்
லஷிங்டன் துரைமகனார் *(S.R.Lushinglion)*. அவரை, ஆண்டவன்
ஆட்கொண்டிருக்கிறான். *1803ம்* வருஷம் அவர் வெள்ளிப்
பாத்திரங்கள் பலவற்றை இக்கோயிலுக்குப் பரிசாகக்
கொடுத்திருக்கிறார். அத்துடன் இவர் திருச்செந்துரை அடுத்த
வீரபாண்டியன் பட்டினத்திலேயே ஒரு பங்களாக் கட்டிக் கொண்டு
வாழ்ந்து வந்தார் என்றும் சொல்லப்படுகிறது. தமிழர் தெய்வமான
முருகன் ஆங்கிலேயர்களையும் தன் அன்புக்கு ஆளாக்கி
இருக்கிறான் என்று காண்கிறோம் இவ்வரலாற்றில் இருந்து.

கொங்கணர் ஆரியர் ஒட்டியர்
கோசலர் குச்சலர் ஆம்
சிங்களர் சோனகர் வங்காளர்

ஈழர் தெலுங்கர் கொங்கர்
அங்கர் கலிங்கர் கண்ணாடர்
துருக்கள் அனைவருமே
தங்கள் தங்கட்கு இறை நீ
என்பர் பேரரிச் சரவணனே

7. ஞான பண்டிதன்

முருகன் இளைஞனாக, அழகனாக மட்டும் இருக்கின்றவன் இல்லை. சிறந்த வீரனாகவும் இருப்பதை தேவ சேனாபதித் திருக்கோலத்திலே பார்க்கிறோம். இத்துடன் சிறந்த அறிஞனாகவும் இருக்கிறான். ஞானப்பழமாக அன்னைக்கும், ஞானகுருவாகவே தந்தைக்கும் அமைந்தவன் என்றல்லவா அவனைப் பற்றிய கதைகள் கூறுகின்றன.

அன்றொரு நாள் காலையிலே, அன்னை பார்வதியும் அத்தன் பரமசிவனும் அமர்ந்திருக்கிறார்கள் கைலைமலையிலே. அங்கு வந்து சேருகிறார் நாரதர். அவர் சும்மா வரவில்லை. கையில் ஒரு மாங்கனியையும் கொண்டு வருகிறார். அதை ஐயனிடம் கொடுத்து அவன்றன் ஆசி பெறுகிறார். அவனுக்குத் தெரியும் இவர் செய்யும் விஷமம். அந்த விஷமத்திலிருந்து தானே பிறக்க வேண்டும் ஓர் அற்புத உண்மை. நாரதர் தந்த கனியை சிவபெருமான் அன்னை பார்வதியிடம் கொடுக்கிறார். பார்வதிக்கு ஓர் ஆசை. மக்கள் இருவரையும் அழைத்து எல்லோரும் சேர்ந்து உண்ணலாமே என்று. மக்களும், ஆம். விநாயகரும் முருகனும் தான் வந்து சேருகின்றனர். இதற்குள் சிவபெருமான் நினைக்கிறார். இந்தக் கனி மூலம் ஒரு போட்டிப் பரீட்சையே நடத்தலாமே என்று. உங்களுக்குள் ஒரு பந்தயம். யார் இந்த உலகை முதலில் சுற்றி வருகிறார்களோ அவர்களுக்கே இக்கனி என்கிறார் சிவபெருமான். இந்தப் போட்டியில் தனக்குத் தான் வெற்றி என்று மார் தட்டிக் கொண்டு மயில் வாகனத்தில் ஏறி ககனவீதியிலே புறப்பட்டு விடுகிறான் முருகன். விநாயகருக்கோ, தம்பியுடன் தம் மூஷிக வாகனத்தில் ஏறிக்கொண்டு போட்டி போட முடியாது தான். அதனால், அவர் சாவதானமாக அன்னையையும் அத்தனையும் சேர்த்தே ஒரு சுற்றுச்

சுற்றுகிறார். உலகம் உங்களிடம் தோன்றி உங்களிடம் நிலைத்து, உங்களிடம் தானே ஒடுங்குகிறது. ஆதலால் உங்களைச் சுற்றினால் உலகத்தைச் சுற்றியதாகத் தானே அர்த்தம், கொடுங்கள் கனியை என்கிறார். மறுக்க முடியாமல் கனியைக் கொடுத்து விடுகிறார்கள் அம்மையும் அப்பனும், விநாயகரிடம். உலகத்தை எல்லாம் சுற்றி, அலுத்து வந்த பிள்ளை, விஷயம் அறிந்து தாய் தந்தையரிடம் கோபித்துக் கொண்டு கோவணாண்டியாக வெளியேறி விடுகிறான் கயிலையை விட்டு. தாயாகிய பார்வதி அப்பா, நீயே ஞானப்பழமாக இருக்கும் போது உனக்கு வேறு பழம் நாங்கள் தர வேண்டுமா? என்று கூறி சமாதானப்படுத்துகிறாள். இப்படித்தான் ஞானப்பழமாகவே இருக்கும் பழநியாண்டவன் - பழநிமலை மீது ஏறி நின்று கொண்டிருக்கிறான் என்பர் புராணிகர்கள்.

இத்துடன் இன்னொரு கதை. மூவர்க்கும் முதல்வனான முருகனை, ஏனோ ஒரு நாள் பிரமன் மதியாது நடந்திருக்கிறான். அவ்வளவுதான், அவனைக் காதைப் பிடித்து இழுத்து, தலையிலே குட்டி பிரணவத்தின் பொருளை அறியாத நீ, சிருஷ்டி செய்ய அருகதை உடையவனில்லை என்று கூறிச் சிறையிலேயே அடைத்து விடுகிறான் முருகன். விஷயம் அறிகிறார் சிவபெருமான், மகனிடத்து வருகிறார். உனக்குத் தெரியுமா பிரணவத்தின் பொருள்? என்று கேட்கிறார். ஓ தெரியுமே என்று எகத்தாளமாகச் சொல்கிறான் முருகன். இப்போது சொல் பார்ப்போம் என்கிறார். சளைக்கவில்லை முருகன். 'கேட்கிறபடி இருந்து கேட்டால் சொல்லுவோம்' என்று அழுத்தலாகவே கூறுகிறான். பார்த்தார் சிவபெருமான். வேறு வழியில்லை. தன் பிள்ளையின் காலடியிலே சிஷ்யனாக அமர்ந்து கை கட்டி வாய் பொத்தி, பிள்ளை மூலமாகவே பிரணவ மந்திர உபதேசம் பெறுகிறார். இப்படித்தான் 'குருவாய் அரனுக்கும் உப தேசித்தான் குகன்' என்பர் அறிஞர்கள். இந்த ஞானபண்டிதன் தான் சுவாமிநாதன் என்ற பெயரோடு அந்தப்

பழைய ஏரகம் - இன்றைய சுவாமி மலையில் இருந்து, தன் தந்தைக்கு மாத்திரம் அல்ல, உலகில் உள்ள மக்கள் எல்லோருக்குமே, ஞான உபதேசம் செய்து கொண்டிருக்கிறான்.

இதில் ஒரு வேடிக்கை - ஞானப்பழமாக நிற்கும் பழநியாண்டவனும், ஞானபண்டிதனாக விளங்கும் சுவாமிநாதனும், கோவணாண்டியாகவே நிற்கின்றனர். கையில் தண்டு ஒன்றை மட்டும் ஏந்திக் கொண்டு, மற்றைய உடைமைகளை எல்லாம் துறந்து விடுகிறார்கள், சின்னஞ்சிறு பிள்ளையாக இருக்கும்போதே, ஏன் இப்படி இந்த இரண்டு மூர்த்திகள் மட்டும் முற்றும் துறந்த முனிவர்களாக இருக்கிறார்கள் இந்த இளவயதிலேயே' என்று கேட்டேன் பலரிடம். இந்தக் கேள்விக்கு விடை தேடிப் புரட்டினேன், பல புத்தகங்களை. விடை கிடைப்பதாக இல்லை. விளையாட்டாகச் சொன்னார் ஒரு பக்தர் 'ஒரு மனைவியே சற்ற ஏறுமாறாய் இருந்தால் சந்நியாசம் கொள்ள வேண்டியதுதானே; ஒன்றுக்கு இரண்டு மனைவியர் என்றால் ஒருவரிடமும் கூறாமல் சந்நியாசம் ஆவதைத் தவிர வேறு வழி என்ன? என்று'. ஆனால் இந்த மனைவியரை அடையுமுன்பே அல்லவா, மணம் ஆகா அந்த இளவயதிலேயே அல்லவா முருகன் பாலசந்நியாசி ஆகிவிடுகிறான்.

தமிழ்நாட்டு அறிஞன், அந்தப் பொய்யில் புலவன் வள்ளுவன் சொன்னான். இவ்வுலகில் இருக்கும் துன்பங்களில் இருந்தெல்லாம் விடுபட வேண்டுமானால் இவ்வுலகத்தில் நாம் உடைமை என்று கருதுகின்ற பொருள்களில் உள்ள ஆசையை எல்லாம் விட்டுவிட வேண்டும்; அப்படி ஆசையை விட விடத்தான் பெற வேண்டிய பேறுகளை எல்லாம் பெறலாம் என்று.

வேண்டின் உண்டாகத் துறக்க, துறந்தபின்

என்பது தானே அவன் சொன்ன அருமையான குறள். உண்மைதானே, உலக மக்களுக்கு எல்லா நன்மைகளையும் பேறுகளையும் அளிக்க விரும்பும் நாயகன், அந்த உலகத்து உடைமைகளிலேயே, பேறுகளிலேயே தானும் ஆசை வைத்து அதில் திளைத்து நின்றால் எப்படிப் பக்தர்களுக்கு அருள் செய்ய இயலும். ஆதலால் அவன் உடைமைகளை எல்லாம் துறக்கிறான், மக்களுக்கு அவர்கள் வேண்டிய பேறுகளை எல்லாம் அளிப்பதற்காகவே. அவன் முற்றும் துறந்த கோவணாண்டியாக நிற்பதினாலே தான், நாம் பெறற்கரிய பேறுகளை எல்லாம் பெறமுடிகிறது. அவன் துறவியானது நம்மையெல்லாம் துறவிகளாக்க அல்ல. ஆக்கம் உடையவர்களாக, அருள் உடையவர்களாக மக்கள் வாழ்வதற்காகவே ஆண்டவன் துறவுக்கோலம் பூணுகிறான். இல்லாவிட்டால் அவனுக்கு பற்று, துறவு என்றெல்லாம் உண்டா?

இத்துடன், அவன் வள்ளுவன் சொன்ன மற்றொரு உண்மையையும் நன்றாக அறிந்தவன். இவ்வுலகத்தின் செலாவணி நாணயம் பொருள். அதுபோல பேரின்ப உலகத்திற்கு செலாவணி நாணயம் அருள். இரண்டும் இல்லாமல் வாழ்வு பூர்த்தியாகாது.

அருளில்லார்க்கு அவ்வுலகம் இல்லை பொருளில்லார்க்கு இவ்வுலகம் இல்லாகி யாங்கு

என்று தெரியாமலா சொன்னான் வள்ளுவன். இதைத் தெரிந்து முருகனே அருளையும் பொருளையும் சேர்த்தே மக்களுக்கு வழங்க, ஆண்டியாக வேடம் புனைந்து ஆண்டவன் ஆகிறான். ஞானப் பழமாக, ஞான பண்டிதனாக நின்று, நமக்கெல்லாம் ஞானம் புகட்டுகிறான்; மங்கயைர் இருவரை மணந்து நல்ல மணவாளன்

ஆகிறான். செல்வம் கொழிக்கும் சீரலைவாயிலில் சிறந்த
செல்வனாகவே வாழ்கிறான். எல்லாம் மக்களினம் உய்யத்தான்.

ஏரகமும் என்னகமும் பிரியாத
இளையானை இறைஞ்சல் செய்வாம்

வில்லேந்திய வேலன்

கங்கையாற்றின் கரையிலே சிருங்கிபேரபுரம் என்று ஓர் ஊர்.
அங்குள்ள வேடர் தலைவன் - குகன். கங்கையிருகரையையும்
கணக்கிறந்த நாவாய்களையும் உடையவன் அவன். அவனுக்கு
சக்ரவர்த்தித் திருமகன் ராமனிடத்து அளவிடற்கரிய அன்பு, தாய்
உரைசெய, தந்தை ஏவ கானளப் புறப்படுகின்றான் ராமன்,
லக்ஷ்மணனும் சீதையும் உடன் வர கங்கைக்கரை வந்து சேர்கிறான்.
கங்கையைக் கடக்க ஓடம் விடுகிறான் குகன். 'என் தம்பி, உன் தம்பி,
இந் நங்கை நின் கொழுந்தி, நான் உன் தோழன் என்றெல்லாம் கூறி,
குகனது அன்பைப் பாராட்டுகின்றான் ராமன். ராமனுடன் தானும்
காட்டுக்கே வருவேன் என்று குகன் பிடிவாதம் செய்த போது,
ராமன், தம்பி நீ இங்கேயே இரு. நான் நாடு திரும்புகிற போது
உன்னிடம் வந்து தங்கி, உன்னையும் அழைத்துக் கொண்டே
அயோத்தி செல்கிறேன் என்று சொல்லிப் பிரியா விடை
பெறுகிறான். தெற்கே சென்றவர்கள் திரும்பவில்லை. குறித்த
பதினான்கு வருஷமும் கழிந்ததா இல்லையா என்று கணக்கிட்டுத்
தெரியவோ அறியான் குகன். ராமனோ, சீதாபஹரணத்தால் நேர்ந்த
துயரில் மூழ்கிக் கிடக்கிறான். இலங்கை மீது படையெடுத்துப்
போர் நடத்துகிறான். இதையெல்லாம் அறிய ஏது இல்லை
குகனுக்கு. அதனால் உடல் மெலிகிறான் உள்ளம் நைகிறான். இந்த
நிலையில் குகனது வழிபடு கடவுளான முருகன் அவன் துயர் தீர்க்க

விரைகிறான். வள்ளியைச் சீதையாகவும், தேவகுஞ்சரியை
வட்சுமணனாகவும் மாற்றி, தானும் ராமன் உருத்தாங்கி குகனது
கனவில் தோன்றி தம்பி கவலைப்படாதே குறித்த தவணை முடிய
இன்னும் சிறிது காலம் உண்டு. அப்போது வருகிறோம். கவலையை
விடு' என்று சொல்லி மறைகிறான். குகனும் அன்று முதல் தேறி
வருகிறான். இப்படி அந்தக் குகனதுதுயர் துடைத்து அவனுக்கு
ஆனந்தத்தைக் கொடுத்த அந்தக் குகன்தான். குகசுவாமிமூர்த்தி -
ஆனந்த நாயகமூர்த்தி என்று பெயர் பெறுகிறான்.

இப்படி ஒரு கதை. புது ராமாயணம் ஆகத்தான். இதைக் கூறுகிறது
திருச்செந்தூர்த் தலபுராணம்.

சுந்தரச் சிலை இராமன்
 தோற்றமும் காட்டி, ஞானம்
முந்திய பிரமானந்த
 சித்தியும் கொடுத்து, வேத
மந்திரக் குகச் சுவாமி
 என்னவும் வாய்ந்த, பேர்
ஆனந்த நாயகன் என்று
 ஓது நாமமும் குமரன் பெற்றான்

என்பது பாட்டு.

கதை எப்படியேனும் இருக்கட்டும். இந்தக் கதைக்குப் பின்னால்
அமைந்து கிடக்கிறது ஓர் அற்புதமான உண்மை. தமிழ்நாட்டின்
சைவ வைஷ்ணவச் சண்டை பிரசித்தம், அப்படி இருந்தும்
முருகனைத் தமிழ்த் தெய்வம் என்று அங்கீகரிப்பதிலே அவனை
'மால் அயன் தனக்கும் ஏனைவானவர் தனக்கும், யார்க்கும் மூல
காரணமாய் நின்ற மூர்த்தி' என்று தொழுவதிலே, இருவருமே

இணைந்து நின்றிருக்கிறார்கள். அரன் மகனே மால்மருகனாகிறான். ஆதலால் வைஷ்ணவரும், தங்கள் மாப்பிள்ளைக்கு உரிய மரியாதையைக் கொடுத்து கௌரவித்து விடுகிறார்கள்.

இதையெல்லாம் தெரிந்து வைத்ததோடு இன்னும் சில விஷயங்களையும் தெரிந்து வைத்திருக்கிறார்கள் தமிழ்நாட்டுக் கலைஞர்கள். முருகன் தனியே கோவணாண்டியாக இருந்தாலும் சரி, ஞான பண்டிதனாக இருந்தாலும் சரி, இல்லை இரு மனைவியரை இரு பக்கத்தில் வைத்துக் கொண்டிருக்கும் குமரனாக இருந்தாலும் சரி, அவன் திருக்கரத்திலே வேலை வைக்க மறப்பதில்லை. 'ஏலம் வைத்த புயத்தில் அணைத்து அருள் வேலெடுத்து நிற்கும்' சமர்த்தைப் பாடாத கவிஞன் இல்லை. இதைப் போலவே திருமாலின் அவதாரமான ராமனையும் அவன் ஏந்தியுள்ள கோதண்டத்தையும் பிரிப்பதே இல்லை. 'விற்பெருந்தடந்தோள் வீரன்' அவன். இப்படி இரண்டு மூர்த்திகள் தமிழ்நாட்டில் வேலேந்திய பெருமான் ஒருவன். வில்லேந்திய வீரன் ஒருவன். கலைஞன் ஒருவன் எண்ணியிருக்கிறான். இப்படி இருவரும் தனித்தனியே நிற்பானேன். இவர்களை இவர்களது பக்தர்களை எல்லாம் இணைக்க முடியாதா. வில்லையும் வேலையும் சேர்த்து இணைப்பதன் மூலமாக என்று இந்த நிலையிலே வேல் ஏந்திய குமரனது கையிலே வில்லையும் கொடுத்து, வில்லேந்திய வேலனை உருவாக்கியிருக்கிறான். தனுஷ் சுப்பிரமணியன் என்று பாராட்டி இருக்கிறான். இப்படி வேலும் வில்லும் ஏந்திய மூர்த்திகள் தமிழ்நாட்டுக் கோயில்களில் பல உண்டு.

அவற்றில் பிரசித்தி பெற்றவை திருவையாற்றிலே, ஐயாறப்பன் கோவிலிலே இருக்கும் தனுஷ் சுப்பிரமணியன் ஒருவன்; பழைய காவிரிப்பூம்பட்டினத்தை அடுத்த சாயாவனம் என்னும்

சாய்க்காட்டிலே, சாயவனேஸ்வரரும், குயிலினும் நன்மொழி அம்மையும் இருக்கும் கோயிலிலே இருப்பவன் மற்றொருவன்; ஐயாறப்பன் கோயிலிலே கல்லுருவிலே இருப்பவனே சாய்க்காட்டிலே செப்புருவிலே இருக்கிறான். சாய்க்காட்டில் இருக்கும் மூர்த்தி நிரம்ப அழகு பொருந்தியவன். மூன்றடி உயரம், அதற்கேற்ற ஆகிருதி. இத்துடன் வேலையும் வில்லையும் ஏந்தி நிற்கும் தோற்றப் பொலிவுடன் விளங்குகிறான். வில்லையும் வேலையும் சேர்த்துத் தாங்க, இடையினை வளைத்து தலையினைச் சாய்த்து நிற்கும் நிலை, கலை உரைக்கும் கற்பனையை எல்லாம் கடந்திருக்கின்றது. தலையிலே நீண்டு உயர்ந்த கிரீடம், கழுத்தில் அணிகொள் முத்தாரம். தோளிலே புரளும் வாகுவலயம், காலிலே கிடக்கும் கழல், எல்லாம் அவன்றன் காம்பீரத்தைப் பறைசாற்றுகின்றன. இந்த வில்லேந்திய வேலன் ஆதியில் திருச்செந்தூரில் இருந்தவன் என்றும், பின்னர் காவிரிப்பூம்பட்டினத்தை அடுத்த கடலிலிருந்து வெளிவந்தான் என்றும் கூறுகின்றனர் மக்கள். ஆம். சூரசம்ஹாரம் முடித்த பின் இவன் கடலுள் பாய்ந்து கிட்டத்தட்ட இருநூறு மைல் நீந்தி, இந்தக் காவிரிப்பூம்பட்டினத்திலே கரை ஏறி இருக்க வேண்டும். இல்லாவிட்டால் இவன் எப்படி இந்தச் சாய்க்காட்டில் வந்து நின்று கொண்டிருக்க முடியும்?

**வீரவேல், தாரைவேல், விண்ணோர் சிறைமீட்ட
தீரவேல், செவ்வேள், திருக்கைவேல் - வாரி
குளித்தவேல் கொற்றவேல் சூர்மார்பும் குன்றும்
துளைத்தவேல் உண்டே துணை.**

8. கலை பயில் புலவன் கார்த்திகேயன்

சென்ற வருஷம் புண்ணிய நகரமாம் பூனாவிற்குச் சென்றிருந்தோம்,
நானும் சில நண்பர்களும். பூனா மராத்திய மக்கள்
நிறைந்திருக்கின்ற பெரிய நகரம். தமிழ் மக்கள் ஆயிரத்து ஐந்நூறு
குடும்பத்தினர் அங்கு தங்கியிருக்கிறார்கள். அவர்கள் பல
உத்தியோகங்களில் அமர்ந்திருக்கிறார்கள். அங்கு அவர்கள் தமிழ்
வளர்க்கிறார்கள். இந்தக் கலைக் கழக அன்பர் சிலருடன் பூனாவில்
பிரசித்தி பெற்ற பார்வதி மலையில் உள்ள கோயில்களைப் பார்க்கச்
சென்றேன். மலை என்றால் அங்கு முருகன் இருக்க வேண்டுமே
என்று எண்ணினேன். 'ஓ இருக்கிறானே என்றார்கள் உடன் வந்த
அன்பர்கள். சரி, இந்தத் தொலை தூரத்தில் உள்ள ஊருக்கு வந்த
போதும், நமது முருகன் நமக்கு முன்னே ஓடி வந்து மலை மீது ஏறிக்
கொண்டு நிற்கின்றானே' என்று எண்ணிக் கொண்டே நிறைந்த
மனத்தோடு மலைமேல் ஏறினேன். மலை பெரிய மலை இல்லை.
திருத்தனி மலை உயரமே இருக்கும். ஆனால் அங்கு கட்டியிருப்பது
போல அழகான படிக்கட்டுகளும் இல்லை, மண்டபங்களும்
இல்லை. படிகள் விசாலமாக இருந்தன. பத்துப் படிக்கட்டுகளுக்கு
ஒரு படிக்கட்டே அகலமாக இருந்தது. அந்தப் படிக்கட்டைக்
கட்டிய மராத்திய மன்னர்கள் குதிரையின் மேல் ஏறிக்கொண்டே
மலைமேல் உள்ள கோயிலுக்குச் செல்வார்களாம்.

மலை ஏறியதும், நாங்கள் கண்ட முதற் கோயில் தேவ தேவன்
கோயில்தான். 'தேவர் கோன் அறியாத தேவதேவன்' லிங்கத் திரு
உருவிலே இருக்கிறான். யார் வேண்டுமானாலும் கோயிலுள்
சென்று இறைவனைத் தொட்டு பூசை பண்ணலாம். கோயில்,
கோயில் கட்டுக்கோப்பு, கோயில் இருக்கின்ற நிலை, கோயிலில்
இருக்கின்ற மூர்த்திகள் எல்லாம் உள்ளத்தைத் தொடவில்லை.

அழகு அழகான கோயில்களையும் அற்புதம் அற்புதமான
மூர்த்திகளையும் தமிழ்நாட்டில் பார்த்த கண்களுக்கு அங்குள்ளவை
கோயில்களாகவும், மூர்த்திகளாகவும் தோன்றாதது வியப்பில்லை.
தேவதேவன் கோயில் தவிர, பண்டரிபுரம் விட்டலுக்கு ஒரு
சிறுகோயில் இருக்கிறது. பவானி அம்மனுக்கு ஒரு கோயில்
இருக்கிறது. மகாவிஷ்ணுவுக்கும் ஒரு கோயில் இருக்கிறது. இந்த
மூர்த்திகளை எல்லாம் தரிசித்த பின் தேவதேவன் கோயிலுக்கு
வலப்புறம் உள்ள ஒரு சிறு கோயிலுக்கும் போனோம். அதைத் தான்
முருகன் கோயில் என்றார்கள், உடன் வந்த நண்பர்கள். அந்தக்
கோயில் வாசலில் ஒரு பலகை தொங்கவிடப்பட்டிருந்தது. அதில்
ஆங்கிலத்திலும் மராத்தியிலும் எழுதி இருந்தது, பெண்கள் இந்தக்
கோயிலுக்குள் அனுமதிக்கப்பட மாட்டார்கள்' என்று. இது என்ன?
இந்தக் கோயிலுக்குள் மட்டும் பெண்கள் வருவதைத் தடை
செய்வானேன் என்று உடன் வந்த நண்பர்களிடம் கேட்டேன்.
இங்குள்ள கார்த்திகேயன் பிரம்மச்சாரி, அவன் பெண்களையே
பார்ப்பதில்லை என்று வைராக்கியமாக இருக்கிறான். அவன்
உத்திரவுப்படியே தான் கோயில் நிர்வாகிகள் "பெண்களை உள்ளே
அனுமதிக்காதீர்கள்" என்று உத்திரவு போட்டிருக்கிறார்கள்'
என்றார்கள். எனக்கோ ஒரே ஆச்சர்யம். 'ஒன்றுக்கு இரண்டாக
வள்ளியையும், தேவயானையையும் கட்டிக் கொண்ட நமது
தமிழ்நாட்டு முருகனா இங்கு பிரம்மச்சாரி வேஷம் போடுகிறான்?
அவன் வேஷத்தையும் தான் பார்ப்போமே என்று கோயிலுக்குள்
போனோம். போனால் அங்கு முருகன் மயில் மீது ஆறுமுக
மூர்த்தியாக ஆரோகணித்திருந்தான். பளிங்கில் அமைந்த திரு
உருவம் தான். பெரிய உருவமும் அல்ல; நல்ல அழகோடு கூடிய
உருவமும் அல்ல, அவனுக்குக் கார்த்திக் என்று
பெயரிட்டிருக்கிறார்கள். கார்த்திகைப் பெண்கள் அறுவர் பயந்த
ஆறமர் செல்வன் அல்லவா. ஆதலால் கார்த்திகேயன் என்று
அழைப்பது பொருத்தம் தான். என்றாலும் இவன் ஏன்

பெண்களையே பார்க்க மாட்டேன் என்று கடும் பிரம்மச்சாரி விரதம் அனுஷ்டிக்க வேண்டும்? இந்தக் கேள்விக்குப் பதில் அங்குள்ளவர்களிடமிருந்து கிடைக்கவில்லை. ஆனால் விடை கண்டுபிடித்தேன் நான். தமிழ்நாட்டுக் குறமகள், நம்பிராஜன் புத்திரி வள்ளியைக் கண்டு சொக்கி மரமாக நின்ற முருகன், வேறு எந்த நாட்டுப் பெண்களையும், அதிலும் மராத்தியப் பெண்களை ஏறெடுத்துப் பார்க்க விரும்புவானா என்ன? இதை அவ்வளவு அப்பட்டமாகச் சொல்ல முடியாமல்தான் சும்மா பிரம்மச்சாரி வேஷம் போட்டு அங்குள்ளவர்களை ஏமாற்றி வருகிறான். போகட்டும், இந்தக் கலைபயில் புலவன் கார்த்திகேயன் மங்கையரைக் காண மறுக்கும் மால் மருகன் எனற புகழோடு அங்கு வாழட்டும்.

இப்படிப் பெண்களையே பார்க்க மறுக்கும் கார்த்திகேயனைக் கண்டபின்தான், தமிழ்நாட்டில் கோலக்குமரன், மலைமீதும், கடல்கரையிலும் ஆற்றங்கரையிலும் அழகிய சோலைகளிலும் கொலு இருப்பதின் உண்மை தெரியும். அழகனாகப் பிறந்து, அழகனாக வளர்ந்து அழகிய மனைவியரைப் பெற்றவன் நல்ல அழகு நிறைந்த இடங்களைத் தானே தேடித் தனக்கு வீடு அமைத்துக் கொள்வான். அத்தனை அழகுணர்ச்சி உள்ளவனாக இருப்பதினால்தானே, அவனை முருகன் என்று அழைக்கிறோம். குமரன் என்று கொண்டாடுகிறோம்.

மலைமேவு மாயக் குறமாதின்
 மணமேவு வாலக் குமரேசா
சிலைவேட சேவற் கொடியோனே
 திரு ஆலவாயிற் பெருமாளே

தமிழ்க் கடவுளான குமரனை தமிழர்கள் எவ்வளவோ காலமாக வழிபட்டு வந்திருக்கிறார்கள். முருகனை வழிபடுகின்ற அளவுக்கு வேறு தெய்வங்களை அவர்கள் வழிபடுவதில்லை. இரண்டாயிரம் வருஷங்களுக்கு முன்பே, குறிஞ்சி நில மக்கள் தங்கள், தங்கள் சிற்றூர்களிலே செவ்வேளை, காட்டில், காவில், ஆற்றில், குளத்தில் நாற்சந்திகளில் எல்லாம் வைத்து வழிபாடு செய்திருக்கிறார்கள். மரத்தடியிலும், அம்பலத்திலும், கடம்ப மரத்திலும் கூட வைத்து வணங்கியிருக்கிறார்கள். அங்கெல்லாம் நெய்யோடு வெண்கடுகை அப்பி, மணம் நிறைந்த மலர்களைத் தூவி வழிபாட்டை ஆரம்பித்திருக்கிறார்கள், வழிபடுவோர் இரண்டு உடைகளை உடுத்திக் கொண்டு, சிவப்பு நூலைக் கட்டிக் கொண்டு, வெண்பொரி துவி கொழுத்த கடாவின் இரத்தத்தோடு பிசைந்த வெள்ளிய அரிசியைப் பலியாக இட்டு, மஞ்சள் சந்தனம் எல்லாம் தெளித்து செவ்வரி மாலையைத் தொங்கவிட்டு, குறிஞ்சிப் பண்ணைப் பாடிக் கொண்டு வெறியாட்டம் ஆடியிருக்கிறார்கள். நாட்டில் பசியும் பிணியும் இல்லாதிருக்கவும், மக்கள் வசியும் வளனும் பெற்று வாழவும் பிரார்த்தித்து, அன்றைய குறிஞ்சிக் குறவர்கள் வழிபாடு செய்திருக்கிறார்கள்.

இதே வழிபாடு, இன்று முருகனுக்கு மிகவும் உகந்த முறையில் நடைபெறுகிறது. பால், நெய், இளநீர், பழம் முதலிய பொருள்களால் நீராட்டி, பூமாலை புனைந்து ஏத்தி, பொங்கலை நிவேதித்து தீப ஆராதனை பண்ணி வணங்கும் முறையில் வழிபாடு வளர்ந்திருக்கிறது. முருகனும் பாலும் தேனும், பஞ்சாமிர்தமும் கொண்டு அபிஷேகம் செய்யப்படுதலை மிக்கவிருப்பத்தோடு ஏற்றுக் கொள்பவனாக இருக்கிறான். இந்த அபிஷேகங்களுக்கு வேண்டிய பொருள்களை வழிபாடு செய்யச் செல்லும் அன்பர்களே, காவடிகளில் கட்டி எடுத்து தோளில் சுமந்து, மலை

மீது ஏறி, பிரார்த்தனையை நிறைவேற்றுவது எல்லாம் வழக்கமாக இருக்கிறது.

காவடி எடுப்பதைப் பற்றி ஒரு வார்த்தை, இந்த வழக்கம் எபபடி வந்தது? இதற்கு ஒரு கதை. சூரபதுமனைச் சேர்ந்த அசுரர்களில் ஒருவனான இடும்பன் போருக்கு அஞ்சி, புறமுதுகிட்டு ஓடி அகத்தியரைச் சரண் அடைகிறான். அகத்தியரும் தாம் சிவபெருமானிடம் பெற்று கேதாரத்தில் வைத்து விட்டு வந்திருந்த சிவகிரி, சக்தி கிரிகளை எடுத்து வருமாறு ஏவுகிறார். மலையை எடுப்பது, அதனைத் தூக்கிச் செல்வது என்பதெல்லாம் எளிதான காரியமா? அதற்காக ஒரு பெரிய கம்பை எடுத்து அதன் இரு நுனியிலும் கயிற்றைக் கட்டி அந்தக் கயிற்றால் மலைகளையும் பிணைத்து, அப்படிப் பிணைத்த காவுதடியை தோளில் வைத்து அநாயாசமாக வழி நடக்க ஆரம்பிக்கிறான். அப்படி நடக்கும் போது சிறிது இளைப்பாறும் பொருட்டு, பழநிமலைப் பக்கத்தில் அதனைக் கொஞ்சம் கீழே இறக்கி வைத்திருக்கிறான். பின்னர் சிறிது நேரம் கழித்து அக்காவுதடியை எடுக்க முயல்கிறான். அதனைத் தூக்க முடியவில்லை. மலைத்து நின்று மலையைச் சுற்றிப் பார்த்தால் அங்கு குமரன் கௌபீனதாரியாய் நிற்பதைக் காண்கிறான். இந்தச் சிறுவனைத்தனக்கு ஒரு கை கொடுக்குமாறு அழைக்கிறான். அவனோ மலையை விட்டு இறங்குபவனாக இல்லை. உடனே கோபம் கொண்டு அவனோடு சண்டைக்கே போகிறான். அன்று எவனுக்குப் பயந்து ஓடி, அகத்தியரிடம் சென்று சேர்ந்தானோ அவனோடு இன்று போரே தொடுக்கிறான். போரின் முடிவு நமக்குத் தெரிந்ததுதான். சிறுவனாகிய பெருமான் அவனைக் கொன்று, மீண்டும் அவன் மேல் வைத்த கருணையால் அவனை உயிர்ப்பித்து தன் திருக்கோலம் காட்டுகிறான். அன்று முதல் இடும்பனைப் போல், தன்னிடம் காவடி தூக்கி வரும் அன்பர்களுக்கு எல்லாம் அருள் புரிகிறான். இப்படி அன்று

இடும்பன் சுமந்த காவுதடியே இன்று காவடியாக மாறியிருக்கிறது. காவடியில் இறைவன் திருமுருகனுக்கு வேண்டிய பொருள்களை கட்டி எடுத்துச் செல்லுவதே முறையானது, சரியானது. இந்தக் காவடியை அலங்காரப் பொருளாக்கி ஆட்ட பாட்டத்துடன் எடுத்துச் செல்லுதல் சரியன்று. முறையன்று.

காவடி மூலமாய் தனக்கு வேண்டிய அபிஷேகப் பொருள்களைப் பெறுபவன், தேனுக்கும், தினைமாவிற்கும் அதிக விருப்பம் காட்டுவது ஏன்? இரண்டும் மலையிலே கிடைக்கும் பொருள்கள். முதல் முதல் மலைமேல் வைத்து வணங்கிய மலைவாழ் மக்கள், மலையில் கிடைக்கும் பொருளகளைத தானே நிவேதித்து இருப்பார்கள். தினை உடலுக்கு உறுதி அளித்து, உடலை வளமாக்கும் தன்மை உடையது. தேனோ இதய நோய் போக்கி இரத்தத்தையே சுத்தம் செய்ய வல்லது. ஞாபக சக்தியைப் பெருக்கவும் தேன் உதவுதல் கூடும். இத்தகைய பொருள்களை நிவேதனப் பொருள்களாக நாம் கொடுப்பதிலும், அவன் ஏற்றுக் கொள்வதிலும் வியப்பில்லை தானே. தேனையும் தினை மாவையும் வள்ளி தெய்வானையுடன் சேர்ந்திருந்து அவன் உண்ணுகிறான் என்றால் நம்மை எல்லாம் உண்பிக்கத்தானே.

இப்படி வழிபாடு செய்யப்படும் முருகனை வழிபட்டு உய்ந்தவர்கள் வரலாறு எண்ணில் அடங்காது என்றாலும் ஒரு சிலரையாவது குறிப்பிடாமல் விடவும் முடியாது. இப்பெருமகனை தேவர் மூவருமே வழிபட்டதாகக் கூறுவதுண்டு. 'மூவர் பெருமான்' என்று மட்டுமல்ல, 'திரிமூர்த்திகள் தம்பிரானே' என்றே அழைக்கவும் படுகிறான். தேவர் மூவர் இருக்கட்டும், மண்ணுலகிலே தமிழ் முனிவர் அகத்தியருக்குத் தமிழை சொல்லிக் கொடுத்தவன் முருகப் பெருமான் என்பது தானே வரலாறு. 'என்று முள தென் தமிழை,இயம்பி இசை கொள்ளச் செய்தவனை'

முனிவன் எப்படி எல்லாம் வழிபட்டிருக்க வேண்டும். இப்படித் தமிழ்க் கவிப் பெருமாளாக இருந்தவனையே சங்கப் புலவன் நக்கீரன் பின்னால் பாடி வழிபாடு செய்திருக்கிறான். சிவனோடேயே வாதிட்டு, குற்றம் குற்றமே என்று அறைகூவிய கவிஞன், தனக்கும் தன்னைச் சேர்ந்தவர் நூற்றுவருக்கும் துன்பம் வந்தபோது, கூவியழைக்க, குமரனைத் தான் நினைந்திருக்கிறான். இப்படிக் கூவியழைத்து பயன் பெற்றவன், மற்றவர்களும் பயன்பெறும் வண்ணம் அப்பெருமானிருக்கும் இடத்திற்குச் செல்லவும், அங்கெல்லாம் அவனை வழிபடவும் நல்ல வழிகாட்டியாகவும் அமைந்திருக்கிறான்.

நக்கீரனுக்குப் பின் எத்தனையோ பேர் எப்படி எப்படி எல்லாமோ வழிகாட்டியிருந்தாலும் நாம் நினைவு கூற வேண்டிய பெருமான் குமரகுருபரனாகவே இருக்கிறார். தென்பாண்டிநாட்டிலே ஸ்ரீ வைகுண்டம் என்ற சிற்றூரிலே பிறந்து ஐந்து ஆண்டு அளவும் ஊமையாகவே இருந்தவர் திருச்செந்தூர் சென்று ஆண்டவனை வழிப்பட்ட உடனே வாய்திறந்து பாடும் பேறு பெறுகிறார். 'கருணைத் திரு உருவாய் காசினியில் தோன்றிய குருபரன்' என்ற பெயர் நிலைக்கிறது அவருக்கு. பச்சை மயில் வாகனமும் பன்னிரண்டு திண் தோளும் அச்சம் அகற்றும் அயில் வேலும் தாங்கிய வேலவனை, அவர் அழகொழுக வர்ணிக்கும் பாடலான கந்தர் கலிவெண்பா, பாடும் பக்தர்களை எல்லாம் பரவசம் அடையச் செய்கிறது.

போகமுறும் வள்ளிக்கும்
புத்தேளிர் பூங்கொடிக்கும்
மோகம் அளிக்கும்
முகமதியும் - தாகமுடன்
வந்து அடியில் சேர்ந்தோர்

மகிழ வரம் பலவும்
தந்தருளும் தெய்வ முகத்
தாமரையையும்

நினைந்து நினைந்து போற்றுகிறார்.

இவருக்கு எவ்வளவோ காலத்திற்கு முன்பே காஞ்சிபுரத்து
கச்சியப்பர், கந்தன் வரலாறு முழுவதையும் புராணமாகவே
பாடிவைத்துவிட்டார். இவரை ஒட்டியே சிற்றம்பல நாடிகள்,
சுவாமிநாத தேசிகர் - கச்சியப்ப முனிவர் முதலியவர்களும்,
முருகனை நாவாரப் பாடி வழிபாடு செய்திருக்கிறார்கள்.
இத்தனைக்கும் சிகரமாக முருக பக்தியில் தாம் திளைத்ததோடு
பிறரையும் திளைக்க வைத்த பெருமகன் தான் அருணகிரியார்.
பொங்கழுல் உருவன் கோயில் கொண்டிருக்கும் திரு
அண்ணாமலையிலே பிறந்து, வாலைப் பருவத்தில்
இன்பத்துறையின் எல்லை கண்டு. அதனால் பொருள் இழந்து,
பிணியுற்று நலிந்தவரை, ஆறுமுகன் வலிந்து வந்து
ஆட்கொள்கிறான். அன்று முதல் அவன் இருக்கும் தலமெல்லாம்
சென்று வணங்கி அவன் திருப்புகழையே பாடிப்பாடி வீடுபேறு
பெற்றவர்.

அருணதள பாத பத்மம்
அனுதினமுமே துதிக்க
அரிய தமிழ்தானளித்த
மயில் வீரனை

ஆயிரக்கணக்கான சந்தப் பாடல்களால் போற்றி வணங்கியதோடு
அவன்றன் அலங்காரத்தையும் அவனைப் பக்தி பண்ணியவர்கள்
பெற்ற அனுபூதியினையும் அழகாக எடுத்து ஓதுகிறார்.

மொய்தார் அணிகுழல் வள்ளியை
வேட்டவன் முத்தமிழால்
வைதாரையும் அங்கு வாழ வைப்போன்
என்று உறுதியும் கூறுகின்றார்.

நாள் என் செய்யும், வினைதான்
என் செயும், என்னை நாடி வந்த
கோள் என் செயும் கொடுங்கூற்று
என்செயும், குமரேசர் இரு
தாளும், சிலம்பும், சதங்கையும்
தண்டையும், சண்முகமும்
தோளும் கடம்பும் எனக்கு
முன்னே வந்து தோன்றிடினே!

என்று பாட உள்ளத்தில் வலிமை பெறுவது என்றால் அது எளிதில்
சித்திக்கின்ற காரியமா என்ன? எத்தனையோ வருஷங்களாகப்
'பாடும் பணியே பணி' என வாழ்ந்து, அதனால் பெறற்கரிய
அனுபூதி பெற்றதனால் உண்டான உரம் அல்லவா?
இப்படி எல்லாம் வழிபட்டோர் இன்னும் பலர் உண்டு. அவர் தம்
அடிச்சுவட்டில் நடந்து சென்று முருகன் திருவடிகளில் விழுந்து
வணங்கி, அருள் பெறும் அன்பர்கள் எல்லாம் பாக்கியசாலிகளே.

9. கோலக்குமரன் திருஉருவம்

ஆறுமுகனுக்கு உகந்த படை வீடுகள் ஆறு என்பதை அறிவோம்,
இது தவிர எங்கே ஒரு மலை, ஒரு குன்றைக் கண்டாலும், அங்கே
ஏறி நின்று விடுவான் அவன். தண்டேந்தித் தனியனாக நிற்பான்;
இல்லை வள்ளி, தெய்வயானை சமேதனாக நல்ல கல்யாணகுண
சம்பன்னனாக காட்சி தருவான். ஆறுமுகமும் பன்னிரண்டு
திருக்கரங்களும் கொண்டு தேவ சேனாதிபதியாகவும்
விளங்குவான். இப்படி எல்லாம் அவன் திருஉருவைச் சமைத்து
வணங்கி வாழ்த்தி மகிழ்ந்திருக்கிறார்கள் தமிழ் மக்கள் எவ்வளவோ
காலமாக.

முருகனுக்கு உரிய முக்கிய ஸ்தலங்கள் அறுபத்தி நாலு என்பர்
அறிஞர். ஆனால் அருணகிரியார் நூற்றுக்கு மேற்பட்ட ஊர்களுக்குச்
சென்று ஆங்காங்கு உள்ள முருகன் பேரில் எல்லாம் திருப்புகழ்
பாடி மகிழ்ந்திருக்கிறார். அத்தனை ஊர்களில் உள்ள
மூர்த்திகளையும் இங்கே நான் கொண்டு வந்து நிறுத்தப்
போவதில்லை. என்றாலும் ஒரு சில மூர்த்திகளையாவது கண்
குளிரக்காணும்படி உங்களுக்கு காட்டும் வாய்ப்பு இருக்கிறதே
எனக்கு, அதை விட்டுவிட விரும்பவில்லை நான்.

தென்பாண்டி நாடாகிய திருநெல்வேலியில் திருமலையில்
இலஞ்சியில் இன்னும் எத்தனையோ தலங்களில் அழகான
மூர்த்திகள் உண்டு. வடபாண்டி நாடாகிய மதுரையை அடுத்து
திருப்பரங்குன்றத்தில், குன்றக்குடியில் எல்லாம் குமரன் அழகாக
உருப் பெற்றிருக்கிறான். வட தொண்டை நாட்டிலோ, தருமமிகு
சென்னையில் கந்தக் கோட்டத்தில் 'வளர்ந்தவனே இன்று
போளூரிலும், வடபழனியிலும் அன்பர்களுக்கு தரிசனம் தந்து

கொண்டிருக்கிறான். நடு நாட்டிலோ மயில் ஊர் கந்தனாக மயில
மலையிலே நிற்கிறான் என்றாலும் இந்தக் கோலக்குமரன் கொலு
இருப்பது சோழ நாட்டில்தான் காவிரிக் கரையில் உள்ள அந்த
அற்புதம் அற்புதமான கோயில்களில்தான்

ஏழ்தலம் புகழ் காவிரியால் விளை
சோழ மண்டல மீதே மனோகர, ராஜகம்பீர
நாடாளும் நாயகனாக

அவன் அமர்ந்திருக்கும் உருவங்கள் தான் எத்தனை எத்தனை!

மயில் வாகனன் ஆக, வள்ளிமணாளன் ஆக, தனுஷ் சுப்பிரமணியன்
ஆக, கார்த்திகேயனாக எல்லாம் அங்கே அவன் காட்சி
கொடுக்கிறான். கும்பகோணத்திற்குத் தெற்கே தாராசுரத்திலே
மண்டப முகப்பிலே நின்று கொண்டிருக்கிறான் ஒரு கார்த்திகேயன்.
நீண்டு உயர்ந்த மணி மகுடம் தரித்திருக்கிறான். புன்முறுவல்
பூத்தலர்ந்த, பூங்குமுதச் செவ்வாய், அவன்றன் அழகினை மாத்திரம்
என்ன, பேரருளையுமே பறைசாற்றுகின்றது.

அங்கிருந்து மாயூரம் சென்று அதற்கும் கிழக்கே பதினைந்து மைல்
தொலைவில் உள்ள திருநனிபள்ளி என்னும் தேவாரஸ்தலமான
கடாரம் கொண்டான் சென்றால் செப்புச் சிலை உருவில் மயிலேறி
விளையாடும் ஆறுமுகனைக் காணலாம்.

சோழ நாட்டிலே உள்ள கோலக் குமரர்களில் முக்கியமானவர்
மூவர், சிக்கல் சிங்காரவேலன், எட்டுக்குடி வேலவன்,
எண்கண்முருகன் இவர்கள் தாம். இவர்கள் மூவரையும் உருவாக்கிய
சிற்பி ஒருவனே என்பர். நல்ல இளைஞனாக, உடல்
வலிமையுடையவனாக சிற்பி இருந்த போது செய்த சிலை சிங்கார

வேலவர் என்றும், உடல் தளர்ந்து கைவலி இழந்த காலத்தில் செய்யப்பட்டது எட்டுக்குடி வேலவன் என்றும், கண்ணையே இழந்திருந்தபோது உருவானான் எண்கண் முருகன் என்றும் கூறுகிறது கர்ணபரம்பரை. கண்ணிழந்தபோது செய்து முடித்த எண்கண் முருகனேநிறைந்த அழகுடையவனாக இருந்தால் மற்றவர்கள் எப்படி இருப்பார்கள் என்று கற்பனை பண்ணிக் கொள்ளத் தெரியாதவர்களா தமிழர்?

இன்னும் எத்தனையோ திருவுருவங்கள் முருகனுக்கு. அழகனாக, இளைஞனாக, செல்வச் சீமானாக, ஆண்டியாக எல்லாம் உருவானவனே, வைத்தியநாதனாகவும் ஆம், பைத்தியம் தீர்க்கும் வைத்தியநாதனாகவே உருவாகிறான். அப்படி உருவானவன்தானே கொங்கு நாட்டில் உள்ள திருமுருகன் பூண்டியில் உள்ள முருகன். மக்களுக்கு எத்தனையோ பைத்தியம். பொன்மேல் ஆசை, பெண்மேல் ஆசை, மண்மேல் ஆசை. இந்த ஆசையெல்லாம் வளர்ந்து வளர்ந்து மனிதனைப் பைத்தியமே கொள்ளச் செய்கிறது. அப்போது மனிதனது பைத்தியம் தெளிவிக்க ஓர் அருளாளனின் தயவு வேண்டியிருக்கிறது. அந்த அருளாளனே குமரன், முருகன், கந்தன், கடம்பன். அவனைக் காண்பதற்கு பல தலங்களுக்குச் செல்லலாம். இல்லாவிட்டால் உள்ளக் குகையிலே இருக்கும் குஹனாகவே கண்டு மகிழலாம்.

10. மூவர் கண்ட முருகன்

1. நக்கீரர் கண்ட முருகன்

இருஞ் சேற்று அகல் வயல்
விரிந்து வாய் அவிழ்ந்த
முள்தாள் தாமரைத்
துஞ்சி, வைகறை
கார் கமழ் நெய்தல்
ஊதி, ஏற்படக்
கண் போல் மலர்ந்த
காமர் சுனை மலர்
அம்சிறை வண்டின்
அரிக்கணம் ஒலிக்கும்
குன்று அமர்ந்து
உறைதலும் உரியன்

என்று முருகனுக்கு ஒரு விளக்கம். விளக்கம் தருபவர், கடைச்சங்கப் புலவர்களுள் தலையாய நக்கீரர். நாம் இந்த விளக்கம் பெறுவது அவர் இயற்றிய திருமுருகாற்றுப் படையில். இதைப் படித்த ஒரு அன்பர் "என்ன சார்" ஒன்றுமே புரியவில்லையே, குன்று அமர்ந்து உறைதலும் உரியன் என்று ஒரு சொல் தொடர் மாத்திரம் தானே புரிகிறது. திருமுருகாற்றுப்படை முழுவதுமே இப்படித்தானே இருக்கிறது. முருகாற்றுப்படையை பாராயணம் பண்ணினால் முருகன் அருள் பெறுவோம் என்ற ஒரே நம்பிக்கையில் தானே பலர் இதைப் பாராயணம் பண்ணிக் கொண்டிருக்கிறார்கள். இதை கொஞ்சம் எளிதாகவே சொல்லக் கூடாதா? சொல்ல முடியாதா" என்று மிக்க ஆதங்கத்துடனே கேட்கிறார். உண்மைதான்.

திருமுருகாற்றுப் படையை நன்றாகப் பொருள் விளங்கும்படி எளிமையோடு இனிமையோடும் சொல்லிவிட்டால், அதைப் படிப்பவர் தொகை பல்கிப் பெருகும் அல்லவா? நிரம்பச் சொல்வானேன். மேலே சொல்லியிருக்கும் அடிகளின் பொருளே: ''அழகிய சிறகுகளை உடைய வண்டுகள், கரிய சேற்றில் மலர்ந்த தாமரைப் பூக்களில் இரவெல்லம் உறங்கி, விடியற் காலையிலே விழித்து எழுந்து, நெய்தல் பூவை ஊதி, சூரியன் உதித்ததும் கண்கள் போல் மலர்ந்த அழகிய சுனைப் பூக்களில் சென்று ஆரவாரிக்கும். இத்தகைய சிறப்பினை உடைய திருப்பரங்குன்றத்திலே முருகன் வீற்றிருக்கிறான்'' என்பதுதானே. இன்னும் சுருங்கச் சொன்னால், வண்டுகளுக்கு மலர்கள் தேனைக் கொடுத்து உதவுவதுபோல, அடியார்களுக்கு முருகனும் அவர்கள் வேண்டுவதைக் கொடுத்து, திருவருள் புரிவான் என்பது தானே கருத்து. இதைத் தானே இரண்டாயிரம் வருஷங்களுக்கு முன்பு, அன்று செல்வாக்கு உடையதாக இருந்த அழகு தமிழ்ச் சொற்களிலே சொல்லியிருக்கிறார். இடையே இரண்டாயிரம் வருஷங்கள் கழிந்த காரணத்தால் பல சொற்கள் வழக்கிழந்து போக அச்சொற்களும் சொற்றொடர்களும் இன்று நமக்கு விளங்கவில்லை. ஆதலால் அத்தகைய அரிய நூலை படிப்பதையே நிறுத்திவிடுகிறோம் நாம்.

மேலும் ஒரு கேள்வி. 'ஆற்றுப்படை என்றால் என்ன? ஊர்தோறும் ஓடும் ஆற்றுக்கும், படை எடுக்கும் படைக்கும் ஏதாவது தொடர்பு உண்டா? என்று கூடக் கேட்பவர்கள் இருக்கிறார்கள். முருகாற்றுப் படை என்றால் 'முருகனிடத்து வழிப்படுத்துதல்' என்றுதான் பொருள். முருகனது திருவருள் பெற்ற ஒரு கவிஞன், அதே அருளைப் பெற விரும்பும் மற்றவர்களுக்கு, அக்கடவுளின் தன்மை, பெருமை, இருப்பிடம் முதலியவற்றைப் பற்றி விரிவாகக் கூறி, அவர்களை நல்வழிப்படுத்துகிறான். இதுவே ஆற்றுப்படையின் அடிப்படை.

முருகன் வீற்றிருக்கும் இடம் ஆறு. அவை முறையே திருப்பரங்குன்றம், திருச்சீர் அலைவாய் என்னும் திருச்செந்தூர், ஆவினன்குடி என்னும் பழனி, ஏரகம் என்னும் சுவாமிமலை. ஏனைய குன்றுகள், பழமுதிர்சோலை என்பனவாம். முதலில் திருப்பரங்குன்றத்தின் இயற்கை அழகுகளையும் தெய்வ மகளிர் ஆடிப் பாடுவதையும் முருகன் காட்சி தருவதையும் விளக்குகிறார் நக்கீரர். பின்னர் திருச்செந்தூரில் முருகன் கடல் அருகே கவின்பெற விளங்கும் தன்மையையும், யானையின் மேல் ஏறிவந்து தரிசனம் கொடுப்பதையும், ஆறுமுகங்களும் பன்னிரண்டு கரங்களும் உடைய அவன் திருக்கோலத்தையும் சொல்கிறார் கவிஞர். மூன்றாவதாக ஆவினன்குடியில் அந்த முருகன் அற்புதக் கனியாக விளங்குவதையும் முனிவர் கந்தருவர் முதலியவர்கள் சென்று வழிபடும் முறையையும் விரிவாகவே கூறுகிறார் நல்லிசைப் புலவர். நான்காவதாக திருவேரகத்தில், பிரணவப் பொருளறியாத பிரமனை குட்டிச் சிறை இருத்தி, தன் தந்தையாம் சிவபெருமானுக்கும் பிரணவப் பொருள் உணர்த்தும் ஞானாசிரியனாக நிற்கும் முருகன் நமக்கு அறிமுகப்படுத்தப் படுகிறான். மேலும் குன்றுதோறாடல் என்னும் ஐந்தாம் பகுதியிலே குன்றுகள் தோறும் முருகன் எழுந்தருளி உலக மக்களுக்குக் காட்சி கொடுப்பதையும், அங்கெல்லாம் குன்றவர் குரவை ஆடி மகிழ்வதையும் விளக்குகிறார் நக்கீரர். கடைசியாக பழமுதிர் சோலைக்கு அழைத்துச் சென்று அந்த மலை கிழவோனை நமக்கு அறிமுகப்படுத்தி வைத்துவிட்டு விடை பெற்றுக் கொள்கிறார்.

இதற்கெல்லாம் பீடிகையாக நம்மைப் பார்த்து 'அன்பர்களே அளவிடற்கரிய புகழுடையவனும், சிவந்த வேலை ஏந்தியவனுமான முருகன் திருவடிகளை தூய சிந்தையோடு

நினைந்து அவனிடம் போவதை நீங்கள் விரும்பினால், உங்கள் விருப்பம் திட்டமாய் நிறைவேறும்' என்றும் கூறுகிறார்.

எய்யா நல்இசை செவ்வேல் சேய்
சேவடி படரும் செம்மல் உள்ளமொடு
நலம்புரி கொள்கை புலம் புரிந்து உரையும்
செலவு நீ நயந்தனையாயின் பலவுடன்
நன்னர் நெஞ்சத்து இன் நசை வாய்ப்ப
இன்னே பெறுதி நீ முன்னிய வினையே

என்று நல்லாசி கூறுகிறார் நக்கீரர். இதை எல்லாம் தெரிந்து கொண்டபின், நக்கீரர் கண்ட முருகன் என்ற தலைப்பிலே ஒரு சில வார்த்தைகள் உங்களுக்கு நான் கூறினால் விஷயம் தெளிவாகும். அத்தோடு முருகாற்றுப்படை படித்துப் பாராயணம் பண்ணவும் ஓர் ஆசையே பிறக்கும் அல்லவா?

கல் தோன்றி மண் தோன்றாக் காலத்தே முன் தோன்றி மூத்து நின்றவர் தமிழ் மக்கள். இவர்கள் தாங்கள் வாழ்ந்த நாட்டை நான்கு பிரிவுகளாகப் பிரித்துக் கொண்டு வாழ்ந்தார்கள் என்பதை பழந்தமிழ் நூல்கள் எல்லாம் விரிவாகவே கூறுகின்றன. தொல்காப்பியத்திலேயே நாட்டில் நால்வகை நிலங்கள் பேசப்படுகின்றன. அந்த அந்த நில வகைகளுக்கு ஏற்ப மக்கள் பழக்கங்களும், ஒழுக்க முறைகளும் இருந்தன என்றும் அறிகிறோம். இதையெல்லாம் ஆராய்ந்தால் தொல்காப்பியர் காலமான அந்த தொல்காலத்திற்கு முன்னரேயே தமிழ் மக்கள் குறிஞ்சியிலும், முல்லை, மருதம், நெய்தல் நிலங்களிலும் குடிபுகுந்து வாழ்வு நடத்தி இருக்க வேண்டும். தமிழ் மக்களது வாழ்வு துவங்கிய இடம், மலையும் மலைசார்ந்த குறிஞ்சியுமே. பின்னர்தான் அவர்கள் படிப்படியாக, காடாகிய முல்லையில்

இறங்கி, வயலாகிய மருதத்தில் தவழ்ந்து, நெய்தலாகிய கடற்கரை வரை சென்றிருக்க வேண்டும். ஆதலால் இறைவழிபாடு முதல் மலைநாடாகிய குறிஞ்சியிலே தோன்றியதில் வியப்பில்லை: நீண்டுயர்ந்த மலையிலே பிறந்த இறை வழிபாடு அகன்று பரந்த கடற்கரைக்கே நடந்திருக்கிறது. அதற்கு அடுத்தபடியாகத்தான் காடாகிய முல்லையிலும், வயலாகிய மருதத்திலும் பரவி இருக்கிறது. இந்நாடுகளிடையே எழுந்த பல பல குன்றுகளிலும் சில சில சோலைகளிலும் புகுந்திருக்கிறது.

இந்த உண்மையை எல்லாம் அறிந்த நக்கீரர் இறைவழிபாட்டை மலையான திருப்பரங்குன்றத்திலே துவங்கி, கடற்கரையாம் திருச்செந்தூரிலே நடத்தி, காடாகிய ஆவினன்குடியிலும், வயல்வெளியாகிய ஏரகத்திலும், சோலையாகிய பழமுதிர் சோலையிலும் பரவவிட்டிருக்கிறார். பின்னும் நாட்டின் பல பகுதிகளில் உயர்ந்துள்ள குன்றுகளிலும், இறைவழிபாடு ஏறி நின்றதையும் சொல்ல மறக்கவில்லை. இப்படி நாட்டில் இறைவழிபாடு நடந்த இடமெல்லாம் நம்மை ஆற்றுப்படுத்தி அங்கெல்லாம் இறைமையைக் காண வகை செய்திருக்கிறார் அவர்.

நக்கீரர் கண்ட இறைவன் முழுக்க முழுக்க முருகனே. நமக்குத்தான் தெரியுமே சங்கம் இருந்து தமிழ் ஆராய்ந்த நக்கீரரைப் பற்றி. மதுரையிலே இறைவனாம் சோமசுந்தரனே, தருமிக்குப் பொற்கிழி அளிக்க விரும்பி ஒரு பாட்டுப்பாட அந்தப் பாட்டு குற்றம் உடையது என்று சொன்னவர் ஆயிற்றே அத்துடன் நிறுத்தினாரா? அந்த இறைவனாம் சிவ பெருமானே நேரில் வந்து வாதிட்ட போதும், "மால் தருமருட்சியால் கண் வடிவேலாம் காட்டினாலும் சாற்றிய செய்யுள் குற்றம், சடைகொண்டு வெருட்டல் வேண்டா" என்று வழக்காடியவர் ஆயிற்றே, இந்த அஞ்சா நெஞ்சன். நக்கீரனது இதயத்தில் இறைவனாம் சிவபெருமான் இதனால் தான் அதிக

இடம் பெறவில்லை போலும், அவரது இதயத்தில் பெரியதோர் இடத்தை இந்த முருகனே ஆக்கிரமித்துக் கொள்கிறான். முருகன் என்றதுமே அவரது உள்ளத்தில் ஒரு மோகம் பிறந்திருக்கிறது. முருகன் என்ற சொல்லே மிக்க பழமையான தமிழ்ச்சொல். மணம், இளமை, கடவுள் தன்மை, அழகு என்றெல்லாம் விரிந்த பொருளிலே தான் முருகு என்ற சொல் ஆதியில் தமிழில் வழங்கப்பட்டிருக்கிறது. முருகை யுடையவன் இறைவன் என்று எண்ணிய தமிழ் மக்கள் அவனுக்கு முருகன் என்று பெயரிட்டு வாழ்த்தியதும், வணங்கியதும் பொருத்தமாகவே அமைந்திருக்கிறது. இந்த முருக வழிபாட்டைத் துவங்கியவர் யாராயினும் ஆகுக. ஆனால் அந்த வழிபாட்டுக்கு ஓர் உயரிய ஸ்தானம் அளித்து ஆதித்தமிழ் மக்களிடத்தே நின்று நிலவச் செய்தவர் நக்கீரர் மணங்கமழ் தெய்வத்து இளநலம் காட்டியவர் அல்லவா?

நக்கீரர் அழகை ஆராதிப்பவர்தான். இளமைக்கு வணக்கம் செலுத்துபவர்தான் என்றாலும் அவரது உள்ளம் எல்லாம் முருகனிடம் அவர் கண்ட இறைமையிலேயே பதிந்து நின்றிருக்கிறது. பாட்டின் துவக்கத்திலேயே சூரியனைப் போன்ற ஒளி உடைய திருமேனியும், அடைந்தோரைக் காக்கும் திருவடிகளும், பகைவரை அழிக்கும் படைகள் தாங்கிய திருக்கரங்களும் உடையவன் முருகன் என்று அறிமுகம் செய்து வைக்கிறார். அத்தோடு தெய்வயானையின் கணவன் அவன், கடம்ப மாலையை மார்பிலும், காந்தள் கண்ணியை முடியிலும் தரித்தவன், வேற்படையால் சூரன் முதலியவர்களை அழித்தவனும் அவனே என்று புகழ்கிறார்.

'சூர்முதல் தடிந்த சுடர் இலை நெடுவேல்' அவர் நெஞ்சைவிட்டு நீங்கவில்லை. இந்த சூரசம்ஹாரம் நடத்த அவன் அந்தத்

திருச்சிரலைவாயிலிலே கார்த்திகேயனாக, அறுமா முகவனாக
எல்லாம் உருப்பெற்று வளர்ந்ததைச் சொல்கிறார். ஒவ்வொரு
முகத்திலும் ஒவ்வொரு திருக்கரத்திலும் ஈடுபட்டு நின்று அவன்

தெய்வத் தன்மையை எல்லாம் விளக்கிக் கொண்டே போகிறார்.
ஆவினன்குடி இருக்கும் அண்ணலைத் தேடி வருபவர் தொகையும்
என்ன கொஞ்சமா? பிரணவப் பொருள் அறியாப் பிரமனைச்
சிறையிட, அவனது படைத்தல், தொழிலே நின்றுவிடுகிறது.
படைப்பு இல்லாவிட்டால் காத்தல் ஏது? அழித்தல் ஏது? இப்படி
முத்தொழிலும் ஸ்தம்பித்து நிற்க கடவுளர் மூவரும் தத்தம்
தொழிலை இயற்றவும், பிரமனைப் பழைய நிலையிலே
இருத்தவும் விரும்பும் முனிவர், கந்தருவர், திருமால், ருத்திரன்,
இந்திரன் எல்லோருமே ஒரு நடை வருகிறார்கள். புள் அணி நீள்
கொடிச்செல்வன், மூவெயில் முருக்கிய முரண்மிகு செல்வன்,
யானை எருத்தம் ஏறிய திருக்கிளர் செல்வன், முதலியவர்கள்
வருகின்ற வரிசையை எல்லாம் வகை வகையாக எடுத்துக்
கூறுகிறார் கவிஞர். இதை எல்லாம் சொன்னவர் வழிபாட்டுக்கு
உகந்த இடம் ஏரகம் என்பதைச் சொல்லி

உச்சி கூப்பிய கையினர்
...தற் புகழ்ந்து
ஆறு எழுத்து அடக்கிய
அருமறைக் கேள்வி
நாஇயல் மருங்கில்
நவிலப்பாடி
விரை அறு நறுமலர்
ஏத்தி

வழிபடும் முறையை எல்லாம் இன்னும் விரிவாகவே
விவரிக்கிறார். மேலும் மேலும் அவன் புகழ் பாடி

அறுவர் பயந்த
ஆறு அமர் செல்வ!
ஆல்கெழு கடவுள்
புதல்வ! மால்வரை
மலைமகள் மகனே!
மாற்றோர் கூற்றே!
வெற்றி வெல்போர்க்
கொற்றவை சிறுவ!
இழை அணி சிறப்பில்
பழையோள் குழவி!

வானோர் வணங்கு
வில்தானைத் தலைவ!
மாலை மார்ப, நூல் அறிபுலவ!

என்றெல்லாம் கூவியழைக்கிறார். நக்கீரருக்கு முருகனது
இறைமைத் தன்மையில் எத்தனை நம்பிக்கை! நூல் முழுவதும்
அவர் கூறுவது இதனைத்தான். நக்கீரர் கண்ட முருகனே அவரது
இறைவன். ஏன் தமிழ் மக்கள் கடவுளும் அவன்தானே!

2. அருணகிரியார் கண்ட அழகன்

சமீபத்தில் கோவையில் ஒரு பட்டி மண்டபம் நடந்தது. பட்டி
மண்டபத்தில் விவாதத்திற்கு எடுத்துக் கொண்ட பொருள்
நிரம்பவும் ரஸமான ஒன்று. கம்பன் கண்ட ராமனில்

சிறப்பாயிருப்பது அவனது அழகா, அறிவா, ஆற்றலா? என்று. அழகே என்று வாது செய்தவர் மூவர்; அறிவே என்று மூவரும், ஆற்றலே என்று மூவரும் வாதிட்டனர். எல்லோருமே கம்பனை நன்றாக அலசி ஆராய்ந்து படித்தவர்கள். ஆதலால் திறமையோடு அவரவர் கட்சியை எடுத்துக் கூறி தங்கள் தங்கள் கட்சிக்குப் பலம் தேடினர். அத்தனைக்கும் இடம் கொடுத்தான் கவிச்சக்கரவர்த்தி கம்பன். இந்தப் பட்டிமண்டபத்துக்கு தலைமை வகித்தவன் நான். விவாதங்களை எல்லாம் கேட்டபின் தீர்ப்புக் கூற வேண்டிய பொறுப்பு என்னுடையது. மிகச் சிரமத்தோடேதான் நான் தீர்ப்புக் கூறினேன்.

கம்பன் ராமனை 'அறிவின் உம்பரான்' என்று கூறுவது உண்மைதான் என்றாலும், அவனிடத்து அறிவுடைமை சிறப்பாய் அமைந்திருந்தது என்று கம்பன் கருதவில்லை. கருதியிருந்தால், 'நாயக நீயே பற்றி நல்கலை போலும்?' என்று மாயமானை வேண்டி சீதை கண்ணீர் உகுத்ததும் வேட்டியை வரிந்து கட்டிக் கொண்டு. தம்பியின் எச்சரிக்கையையும் பொருட்படுத்தாது மான் பின்னே ராமன் ஓடினான் என்று கூறி இருப்பானா? மேலும் வாலி மீது அம்பெய்து வீழ்த்தியபின், அவன் கேட்ட கேள்விகளுக்கு, அவன் பேசும் பேச்சுக்களுக்கெல்லாம் பதில் சொல்ல இயலாமல் ராமன் திணறுவதை கம்பன் சொல்லாமல்ச் சொல்லி மகிழ்கிறானே. மறைந்து நின்று என்னை நீ எவ்வியது என்னை, என்ற அடிப்படைக் கேள்விக்கு நேரான பதில் சொல்ல அவனால் முடியவில்லையே, இலக்குவன் அன்றோ இடைபுகுந்து நொண்டிச் சமாதானம் கூற வேண்டியிருக்கிறது. இந்த நிலைமையில் கம்பன் கண்ட ராமனிடத்து அறிவு சிறந்திருந்தது என்று கூற வகை இல்லையே என்று முதலில் அறிவை ஒதுக்கினேன்.

பின்னர் ராமன் எவ்வளவு அழகனோ, அவ்வளவு ஆற்றல் நிறைந்தவனே. தாடகை, கரன், கும்பகர்ணன், இராவணன் முதலியவர்களை போரில் வீழ்த்திய ஆற்றல் என்ன சோடையான ஆற்றலா? இல்லை, சீதையை மணம் முடிக்க அரனது வில்லையே அநாயசமாக எடுத்து இழுத்து முறித்தானே! ஏழு மராமரத்தையும் ஒரே அம்பில் துளைத்தானே! அது எல்லாம் அவன்றன் ஆற்றலைத் தானே விளக்குகிறது. என்றாலும் இந்த ஆற்றல் எல்லாம் புகழுடையதாக அமைய சீதையின் கற்பு அல்லவா துணை நின்றிருக்கிறது. கற்பெனும் கனலால் அல்லவா இராவணன் வெந்திருக்கிறான்; சீதையென்னும் அமிழ்தால் செய்த நஞ்சல்லவா இராவணனைக் கொன்றிருக்கிறது. ஆதலால் கம்பன் கண்ட ராமனிடம் ஆற்றல்தான் சிறந்திருந்தது என்று கூறவும் வகை இல்லையே.

ஆனால், ராமனது அழகை நினைத்தால், கம்பன் அப்படியே விம்மிப் பெருமிதம் கொண்டுவிடுகிறானே. ஓவியத்தெழுத ஒண்ணா உருவத்தனான ராமனை, ஆடவர் பெண்மையை அவாவும் தோள்கள் உடையவன் என்றன்றோ கூறுகின்றான். ராமனது புயவலியைக் கூற முற்படுகிறபோதும் அலை உருவக்கடல் உருவத்து ஆண்தகை என்றல்லவா குறிப்பிடுகிறான். ஏன்? உருவெளித் தோற்றத்தில் வல்வில் ஏந்திய ராமனைக் காணும் சூர்ப்பனகை கூட அவனது செந்தாமரைக் கண்ணிலும், செங்கனி வாயிலும், சந்தார் தடந்தோளிலும், அஞ்சனக் குன்றமன்ன அவன் வடிவிலும் தானே ஈடுபடுகிறாள். நிரம்பச் சொல்வானேன்

**மையோ, மரகதமோ, மறிகடலே
மழைமுகிலோ
ஐயோ! இவன் வடிவு என்பதோர்
அழியா அழகு உடையான்**

என்றுதானே கம்பன் அப்படியே ராமனது அழகைக் கண்டு பரவசம்
அடைகிறான். ஆதலால் கம்பன் கண்ட ராமனில் சிறப்பாயிருப்பது
அவனது அழகே என்று கூறி முடித்தேன். கூட்டத்திற்கு வந்திருந்த
அறிஞர் அத்தனை பேருமே ஆமோதித்தனர் அந்தத் தீர்ப்பை. இது
கம்பனது வெற்றியல்ல. ராமனது வெற்றியல்ல, அழகின்
வெற்றிதான் இது. இந்நில உலகிலே அழகு தருகின்ற வெற்றியை,
அறிவோ, ஆற்றலோ தருவதில்லை என்பதற்கு இதை விடச் சிறந்த
ஆதாரம் வேண்டுவதில்லை அல்லவா?

இந்த அழகின் வெற்றியை இன்னும் அனுபவிக்க வேண்டுமானால்
நாம் தேடிச் செல்ல வேண்டுவது, முருகனாம் குமரனையே.
முருகை உடையவன் முருகன். முருகன் என்றால் மணம், இளமை,
கடவுட் தன்மை, அழகு எல்லாம் சேர்ந்தது என்று அறிவோமே.
அழகு உள்ளவனிடத்தே மணம், இளமை, இறைமை எல்லாம்
கலந்தே நிற்கும், அதிலும் அழியா அழகு பெற்றவனாக, என்றும்
இளையவனாக ஒருவன் அமைந்துவிட்டால் அதைவிட பெறற்கு
அரிய பேறு ஒன்று உண்டா? அத்தகைய பேறு உடையவனாக
அல்லவா ஒரு கடவுளை உருவாக்கி இருக்கிறான் தமிழன்.
கலைஞனான மனிதனின் அழகுணர்ச்சிதான் என்ன என்ன
காரியங்களை சாதித்திருக்கிறது? உருவமே இல்லாத கடவுளுக்கு
உருவத்தை கற்பித்திருக்கிறது. அக்கற்பனைக் கடவுளை முருகனாக,
குமரனாகக் கண்டு தலைவணங்கியிருக்கிறது. அத்தகைய
அழகுணர்ச்சி நிறைந்த கலைஞன் பரம்பரையில் வந்தவர் தானே
அருணகிரியார். அவர் குமரனின் அழகில் மயங்கி அதையே வியந்து
வியந்து பாடியதில் வியப்பில்லையே.

இறைவன் படைத்த இயற்கைதான் எவ்வளவு அழகுடையது.
விரிந்து பரந்திருக்கும் வானம், அகன்று ஆழ்ந்து கிடக்கும் கடல்,

அக்கடல் உள்ளிருந்த எழும் இளஞ்சூரியன், அச்சூரியனிடமிருந்து ஒளி பெற்று அதை உலகுக்குத் திரும்பவும் வழங்கும் குளிர்நிலா, அந்நிலாவோடு தோழமை பூண்டு மின்னி மினுக்கும் விண்மீன்கள் எல்லாம் அழகைத்தானே வாரி வழங்குகின்றன. பூமியில் உள்ள மலை, மலையிலிருந்து விழும் அருவி, அருவி ஓடிப் பெருகும் ஆறு, ஆற்றங்கரையில் நின்று நிழல் தரும் மரங்கள், அம்மரங்களில் பூத்துக் குலுங்கும் பூக்கள், கனிகள், பரந்த வயல்களிலே பச்சைக் கம்பளம் விரித்தால் போல் இலங்கும் நெற்கதிர்கள், புல்பூண்டுகள், ஊர்வன, பறப்பன. நடப்பன எல்லாமே இயற்கை அன்னையில் அழகு வடிவந்தானே. இவைதானே மனிதனால் கை புனைந்து இயற்றாத கவின்பெறு வனப்பு. இந்த வனப்பில் தானே கலைஞர்கள் எல்லாம் உள்ளம் பறிகொடுத்து நிற்கின்றனர். அப்படி உள்ளம் பறிகொடுத்த ஒரு கவிஞன் தான், முற்றிய ஆழியிலே அலைவந்து மோதி எறிகையிலே கற்றைக் கதிர் எழும் காட்சியைக் கண்டிருக்கிறான். உலகம் உவப்ப, பலர் புகழ் ஞாயிறு கடற்கண் எழும் காட்சியிலே அழகைக் கண்டிருக்கிறான் இளமையைக் கண்டிருக்கிறான்; இறைமையைக் கண்டிருக்கிறான். விரிந்திருக்கும் நீல வானம் நீலநிறத் தோகையை விரித்தாடும் மயிலாகக் காட்சி அளித்திருக்கிறது. அந்த வானில் தோன்றும் செஞ்சுடர்த் தேவனாம் இளஞாயிறையே வேலேந்திய குமரனாகவும் கண்டிருக்கிறான். இப்படித்தான் முருகன், குமரன், வேலன், அழகன் தமிழ்க் கலைஞன் உள்ளத்தில் உருப்பெற்றிருக்கிறான். இன்னும் மேட்டு நிலங்களிலே திணைக்கதிர் விம்மி விளைந்து அங்கொரு காட்டுமயில் வந்து நின்றால், அங்கேயும் கலைஞன் உள்ளத்தில் காதலை விளைவித்திருக்கிறான் குகன். இப்படித்தான், நீண்ட காலத்திற்கு முன்னாலேயே, உலகம் தோன்றி, அதில் மனிதன் தோன்றி, அந்த மனிதன் தமிழ் பேசக்கற்றுக் கொண்ட அந்தக் காலத்திலேயே, அவன் கண்ட முதற் கடவுள், இப்படித்தான் முருகனாக, இளைஞனாக, அழகனாக இருக்கிறான். அருணகிரியார்

வணங்கியிருக்கிறார். குமரகுருபரர் துதித்திருக்கிறார். எத்தனையோ
கலைஞர்கள், கவிஞர்கள் இந்த அற்புத மோகன வடிவுடைய
குமரனது அழகினைப் பாராட்டிப் பாடி இருந்தாலும், அந்த
அழகிலே மயங்கித் தன்வயமிழந்து நின்றவர் அருணகிரியார் தான்.
அழகுணர்ச்சி அவருக்கு கருவிலே வாய்த்த திருவாக
அமைந்திருக்கிறது. இல்லாவிட்டால் அந்த இளவயதிலேயே
வாதினை அடர்ந்த வேல் விழியார் தங்கள் காதலுக்கு ஏங்கி
நின்றிருப்பாரா அந்தக் காதல் கடலிலே முங்கி முழுகி அமிழ்ந்தே
போயிருப்பாரா? அன்று பெண்ணிடத்தே கண்ட அழகையே
பின்னர் இறைவனிடத்துக் கண்டிருக்கிறார். ஆதலால் அவனை
அழகான மேனி தாங்கிய வேளாக அயிலும் மயிலும், அறமும்
நிறமும், அழகும் உடைய பெருமாளாக, புதுமயில் மீது யாவரும்
தொழவரும் அழகனாகப் பார்த்திருக்கிறார். கனகமயிலினில் அழகு
பொழிய கருணை மருவி வர வேணும் என்று வேண்டியிருக்கிறார்.
நீலச் சிகண்டியில் ஏறும் பிரான் எந்த நேரத்திலும் கோலக்
குறத்தியுடன் வருவான் என்று நம்பி இருக்கிறார். 'மயிலையும்,
அவன் திருக்கை அயிலையும், அவன் கடைக்கன் இயலையும்
நினைந்திருக்க வாருங்கள்' என்று உலகோரையெல்லாம் கூவி
அழைத்திருக்கிறார். இப்படி அழகு துண்டிய ஆர்வந்தான். அவர்
கவிதை எழுதுவதற்கு அவற்றைப் பாடிப் பரவி இறைவனை
வழுத்துவதற்கு துணை நின்றிருக்கிறது.

இப்படி முருகனது அழகிலே உள்ளம் பறிகொடுத்தவர், அந்த
அழகனை அலங்காரம் செய்து பார்க்கவும் முனைந்திருக்கிறார்.
அழகெல்லாம் ஒருங்கே கண்டால் யாவர்தான் ஆற்றவல்லார்?
யாரே அழகுக்கு அழகு செய்வார்? என்பதை அறிந்தவர்தான்
என்றாலும் ஆசை யாரைவிட்டது. எத்தனையோ திருப்புகழ் பாடி
அவன் புகழ் பரப்பிய அருணகிரி, தான் பெற்ற பெறற்கரிய
அனுபவங்களையெல்லாம் அனுபூதியாகப் பாடி உலகோர்க்கு

விளக்கிய அவர் முருகனை அலங்கரித்து மகிழ்வதிலேதான் உள்ள நிறைவு பெற்றிருக்கிறார். அந்த அலங்காரங்களைப் பாடி அரிய பாமாலை ஒன்றையே சாத்தியிருக்கிறார். ஆம் அவர் அறிவார். அலங்கரிப்பதற்கு பொன்மாலையோ அல்லது பூமாலையோ வேண்டும் என்பதை. ஆனால் பொன் மாலைக்கு மணம் கிடையாதே, பூமாலை வாடிவிடுமே என்று உணர்ந்தே பாமாலை கொண்டு அழகனின் பதம் பணிய விரைந்திருக்கிறார்.

அழகன் ஆன குமரனை நினைத்தவர், அந்த அழகனைப் பெற்றெடுத்த அன்னையை, அழகே உருவான அப்பன் சொக்கனை எல்லாம் நினைத்திருக்கிறார். ஒருவரைப் பங்கில் உடையாள் குமாரனாக ஆற்றைப் பணியை, இதழியைத் தும்பையை, அம்புலியின் கீற்றைப் புனைந்த பெருமான் குமாரனாக முருகனைத் தொழுந்துவங்கியவாறே அவன்தன் துணைவி அந்தக் கள்ளக் குறமகள் வள்ளியையும் நினைந்து நினைந்து துதித்திருக்கிறார். தேனென்று பாகென்று உவமிக்கொணா தெய்வ வள்ளி என்று போற்றுவார் ஒருதரம். நெற்றாப் பசுங்கதிர் செவ்வேனல் காக்கிற நீலவள்ளி என்று வர்ணிப்பார் மறுதரம், மொய்த்தார் அணிகுழல் வள்ளியை வேட்டவன் என்று குறிப்பதோடு மட்டும் திருப்தி அடையாது, வேடிச்சி கொங்கை விரும்பும் குமரன் என்றும் கூறி மகிழ்வர். இந்த மயில் வாகனனைக் கண்டு தொழ, அவர் மலைமீது ஏறி இருக்கிறார். கடற்கரைக்குச் சென்றிருக்கிறார். காடு, வயல், சோலை எல்லாம் கடுகி நடந்திருக்கின்றார். அழகு குடி கொண்ட அங்கெல்லாம் இருக்கும் அழகனை நாமும் காண நம்மையுமே உடன் அழைத்துச் சென்றிருக்கிறார். அவர் அழைத்துச் சென்ற இடங்கள் அத்தனைக்கும் நானும் உங்களை இழுத்தடிக்க விரும்பவில்லை. அவன் பாடிய அலங்காரத்திலேயே சிறப்பான இடம் பெறுபவை மூன்றுதானே. அந்த மூன்றிடங்களுக்கு மட்டுமே இன்று போகலாம் நாம்.

முருகன் செய்த அருஞ்செயல் அத்தனையிலும், பெரும்புகழ் உடையது சூரன் உடல் அற வேலை விட்ட காரியம்தானே. சூரசம்ஹாரத்தைத் தானே பெரிய திருவிழாவாக நாம் கொண்டாடுகிறோம். நம் உள்ளத்தில் உள்ள அகங்காரம், மமகாரம் எல்லாவற்றையும் தடியவும் அலங்காரக் கந்தனாம் அழகனால்தானே முடியும்? ஆதலால் அச் சூர்முதல் தடிந்த தலமாம், அத்திருச்சீர்அலைவாய்க்கே செல்லலாம் நாமும் அருணகிரியாருடன். ஏதோ கடற்கரைப்பட்டினம் என்றாலும், நீர் நிலைகளும் அதனால் வளம் பெறும் வயல்களும் நிறைந்த இடம்தானே அது. அங்குள்ள வயல்களில் தண்ணீர் மட்டுமா பாய்கிறது. தண்ணீருடன் சேல் மீன்களும் சேர்ந்துதான் பாய்கிறது. பாய்ந்து பெருகிய அத்தடங்களில் துள்ளியும் விளையாடுகிறது. அதனால் வயலில் உள்ள பயிர்கள் மட்டுமல்ல வயற்கரையில் உள்ள பொழில்களுமே அழிகின்றன. இது தவிர கடம்ப மரங்கள் பூத்துக் குலுங்குகின்றன. அந்த மலரின் மணம் நிறம் எல்லாம். மங்கையர்களுக்கு மாமயிலோனையே நினைப்பூட்டுகின்றன. அதனால் அத்தனை காலம் கட்டிக் காத்த அவர் தம் நிறை, கன்னிமை எல்லாமே அழிகிறது. அந்த ஊரிலே சூரன் அழிந்திருக்கிறான். அந்தச் சூரனை அழித்த வேலோ ஒரு தடவை கடலையும், மற்றொரு தடவை மலையையுமே அழித்திருக்கிறது. இவ்வளவுதானா அழிக்கப்படவேண்டிய பொருள். இன்னும் ஒரு பொருள் நம் எல்லோரிடத்தும் இருக்கிறதே. நாமெல்லாம் பிறந்த அன்றே நம் தலையில் இப்படித்தான் இவன் வாழ்வு முடிய வேண்டும் என்று எழுதியிருக்கிறானே அந்தப் பிரமன். அப்படி அவன் கையாலே எழுதிய எழுத்து, அழியா எழுத்தாக நின்றல்லவா நம் வாழ்வில் எத்தனையோ அலங்கோலங்களைச் செய்கிறது. அந்த எழுத்தையும் அழிக்கத்தானே வேண்டும். அந்த எழுத்தை அழிக்கும் ஆற்றல் பெற்றவன் அந்த இறைவனாம் முருகன் தானே

என்றெல்லாம் எண்ணியிருக்கிறார் அருணகிரி. அன்று பிரமன் கிறீச்
கிறீச் என்று கையால் எழுதிய எழுத்தைக் குமரன், செந்தூர்
வேலவன் தன் காலாலேயே அழித்து விடுகிறான். ஒரே ஒரு
துடைப்பினாலேயே பிரமன் விதித்தவிதியே அழிகிறது. அழித்துப்
பிறக்கவொட்டா அயில் வேலனது காலால் என்கிறார் அருணகிரி.

சேல்பட்டு அழிந்தது செந்தூர்

வயல் பொழில்; தேங்கடம்பின்

மால்பட்டு அழிந்தது பூங்கொடி

யார்மனம்; மாமயிலோன்

வேல்பட்டு அழிந்தது வேலையும்

சூரனும் வெற்பும்; அவன்

கால்பட்டு அழிந்தது இங்கு என்தலை

மேல் அயன் கையெழுத்தே

என்பது பாட்டு, அழகனான குமரனது காலுக்கு வீரக்கழல் ஒன்று
அணிவித்து அலங்காரம் அல்லவா பண்ணுகிறார் அவர்.

தமிழ் நாட்டின் தெற்குக் கோடியில், சூரசம்ஹாரம் நடந்த
செந்தூரில் இருந்து நாம், சூரசம்ஹாரம் முடிந்த உடன், முருகனே
அமைதி அடைய நாடிச் சென்ற அத் திருத்தணிகைக்கே
செல்லலாம். அருணகிரியார் இங்கு சென்றது அவரது வாழ்வின்
கடைசி காலத்தில் தான். அப்படி அத்தனை நாள் தன்னை
அழைக்காத காரணம் என்ன? அப்படி அழைக்காதிருக்க நான்
இந்தப் பிரமனுக்குச் செய்த குற்றம் என்ன? என்றல்லவா
கேட்டிருக்கிறார். நம்மை எல்லாம் அப்படி அவன் அழைக்காமல்
இல்லையே. அழைக்கிறானே. நாமும் விரைவிலேயே செல்லலாம்,

அருணகிரியார் பாடிய அலங்காரப் பாட்டைப் பாடிக்கொண்டே
செல்லலாம்.

கோடாத தேவனுக்கு யான் செய்த
குற்றம் என்? குன்று எறிந்த
தாடாளனே தென்தணிகைக்
குமர நின் தண்டையந்தாள்
சூடாத சென்னியும் நாடாத
கண்ணும், தொழாத கையும்
பாடாத நாவும் எனக்கே
தெரிந்து படைத்தனனே

பாட்டிற்கு விளக்கம் தேவையில்லை அல்லவா? தணிகை
சென்றால் அருள்ஞான சக்தி தரனாம். தணிகைக்குமரனை,
வள்ளியை, தெய்வயானனயை எல்லாம் கண்டு தொழலாம்.
என்றாலும் அலங்காரம் நிறைந்த அழகனைக் காண
வேண்டுமென்றால் கால் கடுக்கவே நடக்க வேணும். இன்னும்
உயர்ந்தொரு பெரிய மலையிலேயே ஏற வேணும். அதுவும்
பாண்டிய, சோழ, தொண்டை நாடுகளை எல்லாம் கடந்து அந்தக்
கொங்கு நாட்டிற்கே செல்ல வேணும். திருச்செங்கோடு என்னும்
தலத்திற்கே விரைந்து அங்கு பின்னிப் பிணைந்து கிடக்கும்
பெருங்கோட்டிலேயே ஏற வேணும். அம்மலையிலே இருப்பவர்
அர்த்தநாரி என்பர் அறிந்தவர்கள். அவர்தான் அங்கு பிரதான
தெய்வம் என்றாலும் அவர் தென் பக்கமாகக் கொஞ்சம் ஒதுங்கிக்
கொண்டு, வட பகுதியைத் தன் மகனாம் குமரனுக்கு ஒதுக்கிக்
கொடுத்து விடுகிறார். இந்தச் செங்கோட்டு மலையில் நிற்பவனே
செங்கோடன். அலங்காரம் பாட முனைந்த அருணகிரி அதனை
மறந்து அந்தச் செங்கோடனின் அழகிலே மெய்மறந்து விடுகிறார்.
அந்த அழகனின் அழகை அள்ளிப் பருக இருப்பது இரண்டு

கண்கள்தானே. இவை போதும் ஒரு நாலாயிரங் கண்களாவது படைத்திருக்க வேண்டுமே. அந்தப் பாவி பிரமன் இப்படிப் படைக்காது போய் விட்டானே அங்கலாய்க்கிறார்.

மாலோன், மருகனை மனறாடி
மைந்தனை, வானவர்க்கு
மேலான தேவனை, மெய்ஞ்ஞான
தெய்வத்தை மேதினியில்
சேலார் வயல் பொழில்
செங்கோடனைச் சென்று கண்டுதொழ
நாலாயிரங்கண் படைத்திலனே
அந்த நான்முகனே

என்பது பாட்டு. நாம் இந்த அருணகிரியைப் போல அத்தனை ஆசை உடையவர்கள் இல்லை. இரண்டு கண்களாலேயே அள்ளிப் பருகி ஆனந்தம் அடையலாம்.

அருணகிரியாருக்கு ஏனோ, தன்னைப் படைத்த பிரமன் பேரிலே இத்தனை கோபம். செந்தூர் சென்றால் அங்கு அவன் எழுதிய தலை எழுத்து அழியும் என்கிறார். தன்னைத் தணிகைக்கு அழைக்காத குறைக்கு அந்தப் பிரமன் பேரிலேயே பழியைப் போடுகிறார். திரும்பவும், கண்டு தொழ நாலாயிரம் கண்கள் படைக்காமல் போய்விட்டானே பாவிப்பயல் என்று திட்டவே செய்கிறார். அந்தப் பிரமன் என்னதான் பண்ணுவான்! அவனோ முன்னமேயே குட்டுப்பட்டவன். இனியாவது இப்படிக் கவிஞர்களிடத்தும் கலைஞர்களிடத்தும் குட்டுப்படாமல் தப்பித்துக் கொள்ள வேண்டும். அவன் தலைவிதி எப்படி இருக்கிறதோ யார் கண்டார்கள்!

3. குமரகுருபரர் கண்ட குமரன்

ஒரு தந்தை, வயது முப்பது முப்பத்தைந்து இருக்கும். நல்ல கட்டான உடல், அடர்ந்து வளர்ந்த மீசை ஏதோ கண் பார்வை குறைந்ததினாலோ அல்லது தீராத தலைவலி என்னும் நோய்க்காகவோ, கண்ணாடி வேறே அணிந்திருக்கிறார். அவருக்கு ஒரு வயது நிரம்பிய ஒரு சிறு பாலகன். இரண்டு பெண்கள் பிறந்த பின் பிறந்த ஆண் மகன் ஆனதால், அந்தச் சிறு குழந்தையிடத்திலே அளவு கடந்த பாசம். நின்றாலும், இருந்தாலும், கிடந்தாலும் பையனை மார்போடணைத்தே வளர்க்கிறார். ஆனால் பையனோ சிறு குறும்பு செய்வதில் படுசுட்டி, தந்தையின் மார்பில் ஏறியதுமே மீசையைப் பிடித்து அசைப்பான் கன்னத்தில் அறைவான். கண்ணாடியை இழுத்து எறிந்து உடைப்பான். இத்தனை குறும்பையும் அவன் இடைவிடாது செய்தாலும் அந்தப் பிள்ளையிடத்திலே அளவற்ற பாசம்தான் தந்தைக்கு திரும்பத் திரும்பக் கண்ணாடி உடைந்தாலும், மீசை மயிர் பியந்தாலும், கன்னத்தில் அறை ஓங்கியே விழுந்தாலும் குழந்தையைக் கொஞ்சுவதைத் தந்தை நிறுத்தவில்லை. இது நாம் வாழ்வில், பல தடவை காணும் காட்சி. ஏன்? நாமே பெறும் அனுபவமும் தான், நமக்கு மீசை இல்லாவிட்டாலும் கூட.

இது சாதாரணத் தந்தை ஒருவரின் அனுபவம். இறைவனாம் தந்தைக்கும் இதே அனுபவம் உண்டு. அதிலும் பிள்ளைச் சிறு குறும்பு பண்ணுபவன் குமரன் என்னும் படுசுட்டியாக இருந்து விட்டால்? இந்த தந்தையோ சாதாரணத் தந்தையல்ல. இரு கைகளுக்குப் பதிலாய் நான்கு கைகள் உடையவராக இருக்கிறார். ஒரு கையிலோ துடி, ஒரு கையிலோ அனல், ஒரு கையிலோ மான், தலையில் இருக்கும் சடாமகுடத்திலோ கங்கை, அத்தோடு இளம்பிறையும், படமுடைப்பாம்பும். வேறே முடிப்பதற்கு பூ

என்றும் ஒன்றும் கிடையாது போகவே அறுகம்புல்லை வேறே தன் தலையில் உள்ள சடையில் அணிந்திருக்கிறார். இந்தத் தந்தை தன்னிடம் தவழ்ந்து ஓடிவரும் அருமைக் குமரனை அன்போடு எடுக்கிறார். மார்போடு சேர்த்து அணைக்கிறார். பிள்ளையோ குறும்புக்காரப் பிள்ளை. தந்தையின் மார்பில் குரவையே ஆட ஆரம்பித்து விடுகிறது. அதனால் நீறு அணிந்த அவருடைய செம்மேனியோ அப்படியே புழுதிபடுகிறது. இத்தோடு விடுகிறதா குழந்தை? அவர் கரத்தில் உள்ள உடுக்கையை சிறு பறை எனத் தட்டி முழக்குகிறது. சடாமகுடத்தில் உள்ள கங்கையை அள்ளி மற்றொரு கையில் உள்ள தீயை அவிக்கறது. தலையில் உள்ள அறுகம்புல்லைப் பறித்து மானுக்கு உணவு ஊட்டுகிறது. பிறையையே பிடுங்கி பாம்பின் வாயிலே செருகுகிறது. இப்படி எல்லாம் தந்தையிடம் விளையாடி நிர்த்தூளி பண்ணுகிறது குழந்தை.

இப்படி எல்லாம் உண்மையில் நடந்ததா? என்று என்னிடம் கேட்காதீர்கள். சிவபெருமான் என்னும் இறைவனும் அவன் திருக்கோலமும், அவன் தேவியும், குமரரும் எல்லோரும் கட்புலனுக்கு எட்டாத கடவுளைக் காணத் துடிக்கும் கலைஞனின் கற்பனை வடிவங்கள் தானே. ஆகவே தந்தையையும் தாயையும் மக்களையும் கற்பனை பண்ணத் தெரிந்த கலைஞனுக்கு, இந்தக் கலை விளையாட்டையும் கற்பனை பண்ணத் தெரியாமலா போகும்? அப்படிக் கற்பனை பண்ணிக் கவிதை எழுதிய கலைஞர் தான் குமரகுருபரர். வைத்தீஸ்வரன் கோயில் முத்துக்குமரன் பேரில் பாடிய பிள்ளைத் தமிழில் ஒரு பாட்டில்தான் இப்படி ஒரு கற்பனை. பாட்டு இதுதான்.

மழவு முதிர் கனிவாய்ப் பசுந்தேறல்
வெண்துகில் மடித்தலம் நனைப்ப,

அம்மை

மணிவயிறு குளிர, தவழ்ந்து ஏறி

எம்பிரான் மார்பினில் குரவை ஆடி

முழவு முதிர் துடியினில் சிறுபறை

முழக்கி, அனல் மோலிநீர் பெய்து

அவித்து

முளைமதியை நெளி அரவின் வாய்மடுத்து,

இளமானின் முதுபசிக்கு அறுகு அருத்தி,

விழவுமுதிர் செம்மேனி வெண்ணீறு

தூள் எழ மிகப் புழுதி யாட்டயர்ந்து

விரிசடைக் காட்டினில், இருவிழிகள்

சேப்ப, முழுவெள்ள நீர் துளைய ஆடி

குழவுமுதிர் செவ்விப் பெருங்களி வர,

சிறுகுறும்பு செய்தவன் வருகவே

கரவுகமழ் தருகந்த புரியில் அருள்

குடிகொண்ட குமரகுருபரன் வருகவே

இப்படிச் சிறு குறும்பு செய்யும் குமரகுருபரனாம் குமரனை
குமரகுருபரரே பாடி மகிழ்கிறார். நாமும் இன்னிசையிலேயே பாடி
மகிழலாம் பாடத் தெரிந்தால்.

குமரகுருபரர், முருகன் அருள் பெற்று உயர்ந்த கவிஞர்.
தண்பொருநைக் கரையிலே உள்ள ஸ்ரீவைகுண்டத்தில்
அவதரித்தவர். ஐந்து வயது நிரம்பும் வரை பேச்சின்றி ஊமையாக
இருந்தவர். இது கண்டு வருந்திய பெற்றோர்கள் அவரை
திருச்செந்துருக்கு எடுத்துச் சென்று செந்தில் ஆண்டவன்
சந்நிதியிலே கிடத்தி அவனிடமே குறை இரந்து நின்றனர்.
செந்தில்மேய வள்ளி மணாளன் திருவருளால் குமரகுருபரர் பேசும்
ஆற்றல் பெற்றார். பேச்சே கவி வடிவத்தில் வந்தது. கந்தர் கலி

வெண்பாவை அந்தச் சிறுவயதிலேயே அறுமுகன் திருவருளால் பாடியவர். அதன்பின் முறையாக இலக்கிய இலக்கணங்களோடு ஞான சாத்திரங்களையும் கற்றார். பின்னர் மதுரை சென்று மீனாட்சியம்மை பேரில் ஒரு பிள்ளைத் தமிழ்பாடி அதை அப்போது மதுரையில் அரசாண்ட திருமலை நாயக்கர் முன்னிலையிலே அரங்கேற்றினார். அரங்கேற்றம் நடக்கும் போது, மீனாட்சி அம்மையே குழந்தையுருவில் வந்து, திருமலை நாயக்கர் மடிமீது அமர்ந்து கேட்டு மகிழ்ந்தனள் என்றும், 'தொடுக்கும் கடவுள் பழம் பாடல்' என்று தொடங்கும் திருப்பாட்டைக் கேட்டபோது தன் கழுத்தில் கிடந்த முத்துமாலையையே எடுத்து, குமரகுருபரருக்கு அணிந்து மறைந்தாள் என்பதும் வரலாறு. பின்னர் பல தலம் சென்று. தருமபரத்துக் குருமூர்த்தியான மாசிலாமணி தேசிகரிடம் ஞானோபதேசம் பெற்றிருக்கிறார். அதன் பின் காசி சென்று பாதுஷாவிடம் தன் அருள் திறத்தைக் காட்டி, கேதாரகட்டத்தில் இடம் பெற்று காசிமடம் நிறுவி இருக்கிறார். இடையிலே வைத்தீஸ்வரன் கோயிலிலே இருக்கும் முத்துக் குமரனிடத்தும் பக்தி செலுத்தி, அவன் பேரில் ஒரு நல்ல அழகிய பிள்ளைத் தமிழ்ப் பிரபந்தம் ஒன்றும் இயற்றி இருக்கிறார். அவர் பாடிய நீதிநெறி விளக்கம், சகலகலாவல்லி மாலை எல்லாம் இலக்கிய உலகில் பிரசித்தமானவை என்றாலும் பக்திச்சுவை நனி சொட்டச் சொட்ட முருகன் பேரில் பாடிய, கந்தர் கலிவெண்பாவும், முத்துக்குமாரசாமி பிள்ளைத் தமிழும் அவருக்கு நிரந்தர புகழைத் தேடித் தந்திருக்கின்றன.

சிறு பிள்ளையாக இருக்கும்போதே முருகன் அருள் பெற்றவராய் அமைந்ததினாலேயே என்னவோ, முருகனை இளைஞனாக, சிறு குறும்பு செய்யும் பிள்ளையாக வழிபடுவதிலேயே ஆர்வங்காட்டி இருக்கிறார். முருகனது அழகில் ஈடுபட்டவர் அருணகிரியார்

என்றால், அவனது இளமை நலத்திலே ஈடுபட்டவராக
குமரகுருபரர் இருந்திருக்கிறார்.

நாதமும் நாதாந்த முடிவும் நவைதீர்ந்த
போதமும் காணாத போதமாய் - ஆதிநடு
அந்தங் கடந்த நித்தியானந்த போதமாய்
பந்தந் தனந்த பரஞ்சுடராய்

இருப்பவன் இறைவன் என்ற அரிய பெரிய தத்துவக் கருத்துக்களை
எல்லாம் எல்லோரும் உணரும்படி சொன்னவர்தான் என்றாலும்,
அவர் ஈடுபாடு எல்லாம், முருகனது அவதாரத்தில், பிரமனுக்கு
பிரணவத்தைக் குருமூர்த்தமாக நின்றுரைத்த நிலையில், அத்தோடு
வள்ளியை மணக்க அவர் செய்த லீலா விநோதங்களிலேயே
நிலைத்து நின்றிருக்கிறது. இளமையிலேயே கவிபாடும் திறம்
பெற்றவர். இள முருகனின் விளையாட்டுகளிலேயே திளைத்து
நின்றது அதிசயமில்லை தானே? ஐந்து முகத்தோடு அதோமுகமும்
பெற்று அத்திருமுகங்கள் ஆறில் நின்று எழுந்த ஆறு சுடர்களும்
சரவணப் பொய்கையில் ஆறு குழந்தைகளாக உருப்பெற அந்த ஆறு
குழந்தைகளையும் சேர்த்து அணைத்தே அறுமுகவனை அன்னை
உருவாக்கினாள் என்றும் கந்தன் திரு அவதாரத்தை அழகொழுகச்
சொல்கிறார்.

அறுமீன் முலையுண்டு அழுது விளையாடி
நறுநீர் முடிக்கணிந்த நாதன் - குறு முறுவல்
கன்னியோடு சென்று அவட்குக் காதல்
உருக்காட்டுதலும்.
அன்னவள் கண்டு அவ்வுருவம் ஆறினையும்
தன்னிரண்டு
கையால் எடுத்தணைத்துக் கந்தன் எனப்பேர்

புனைந்து
மெய் ஆறும் ஒன்றாக மேவுவித்த

வரலாறு கந்தர் கலி வெண்பாவில் முதலிடம் பெறுகின்றது.
இத்தோடு படைக்கும் கடவுளாம் பிரமன் அகந்தையை அடக்கி,
பிரணவத்தின் பொருள் என்ன என்று அவனுக்கு விளக்கிய
நிலையை

சிட்டித் தொழில் அதனைச் செய்வது எங்ஙன்
என்று முனம்
குட்டிச் சிறை இருத்தும் கோமானே -
மட்டவிழும்
பொன்னங் கடுக்கை புரிசடையோன் போற்றி
இசைப்ப
முன்னம் பிரமம் மொழிந்தோனே

என்று வாயாரப் பாடி மகிழ்கிறார். இதை எல்லாம் விட வள்ளியை
மணந்த கதையை அவர் கூறுவதில் தான் எத்தனை அழகு!

கானக்குறவர் களிகூரப் பூங்குயில் போல் ஏனற்
புனங்காத்து இனிது இருந்து - மேன்மை பெறத்
தெள்ளித் தினைமாவும் தேனும் பரிந்தளித்த
வள்ளிக் கொடியை மணந்தோனே

என்று அந்த இள முருகனை விளிப்பதில்தான் எவ்வளவு உற்சாகம்!
ஏதோ ஐந்து வயது பிள்ளையாயிருந்து பாடிய பாட்டாகவா
தெரிகிறது. கலி வெண்பாவில் மாத்திரந்தானா இப்படிப்
பாடுகிறார்? பிள்ளைத் தமிழில் செங்கீரைப் பருவத்தைப்
பாடும்பொழுதும் கூட, இந்த வள்ளியை மணந்ததையே

நினைக்கிறார். அந்த வள்ளியைப் பெற முருகன் போட்ட வேடங்களை யெல்லாம் நினைப்பூட்டுகிறார். இவைகளை எல்லாம் அழகு தமிழில் அன்பு ஒழுகப்படுகிறார்.

மருக்கோல நீலக் குழல்
தையலாட்கு அருமருந்தா
இருந்த தெய்வ
மகக்கோலமே, முதிர்
கிழக்கோலமாய்க் குற
மடந்தைமுன் நடந்து மன்றத்
திருக்கோலம் உடன்ஒரு
மணக்கோலம் ஆனவன்

என்று அறமுகப்படுததுவார் ஒரு தடவை. திரும்பவும்

கூனே மதிநுதல் தெய்வக்
குறப்பெண் குறிப்பு அறிந்து
அருகு அணைந்து உன்
குற்றேவல் செய்யக் கடைக்கண்
பணிக்கு எனக் குறை இரந்து
அவள் தொண்டைவாய்
தேன் ஊறு கிளவிக்கு
வாயூறி நின்றவன்

என்று. சுவைபடச் சொல்லுவார். இப்படி எல்லாம் தையல் நாயகி மருவு தெய்வ நாயகன் மதலையாம் முத்துக்குமரன், மையல் கொண்டு வள்ளியை மணம் புணர்ந்ததை எல்லாம் சொல்லுவதால் குமரகுருபரர் அவனது இளமை நலத்தில் எவ்வளவு ஈடுபட்டிருந்தார் என்பது விளங்கும்.

இறைமையிலும், இளமை நலத்திலும் ஈடுபட்டிருந்தவர்.
அவன்றன் நிறைந்த அழகிலும் ஈடுபட்டு நின்றது வியப்பில்லை.
புன்முறுவல் பூத்தமலர்ந்த பூங்கொடிக்கும் மோகம் அளிக்கும்
முகமதியையும், ஏன்? கும்பமுலைச் செவ்வாய் கொடி இடையார்
வேட்டு அணைந்த அம்பொன் மணிப்பூண் அகன் மார்பையும்,
பாடிப் பரவுவதிலே திருப்தி அடையாதவராய், கடைசியில்
இளம்பரிதி நூறு ஆயிரங்கோடி போல வளந்தரும் தெய்வீக
வடிவுடையவன் என்றே கூறிப் பரவசம் அடைவார்.

இப்படி, அழகு கனிந்து முதிர்ந்த இளங்கனியாகவே, அந்த
மறைமுடிவில் நின்ற நிறைசெல்வனாம் அழகனை, இளைஞனை
காணுகின்றார். குமரகுருபரர், தெய்வமாகக் கண்ட நக்கீரர்.
அழகனாகக் கண்ட அருணகிரியார், இளைஞனாகக் கண்ட
குமரகுருபரர் இம்மூவரும் கண்ட முருகனை, நாமும் அன்னவர்
நிலையிலே நின்று கண்டு, வந்தித்து வணங்கத் தெரிந்து
கொண்டோம் என்றால் அதைவிட நாம் பெறுகின்றபேறு வேறு
என்னதான் இருத்தல் கூடும்.

ஆறிரு தடந்தோள் வாழ்க, அறுமுகம் வாழ்க, வெற்பைக்
கூறுசெய் தனிவேல் வாழ்க குக்குடம் வாழ்க அன்னான்
ஏறிய மஞ்ஞை வாழ்க, யானைதன் அணங்கு வாழ்க
மாறிலா வள்ளி வாழ்க, வாழ்கசீர் அடியார் எல்லாம்.

11. திருமலை முருகன்

இன்று தமிழ்நாட்டிலல் கோயில் திருப்பணிகள் ஏராளமாக
நடக்கின்றன. சமீபத்தில் மதுரை மீனாக்ஷி கோவிலில்
இருபத்தைந்து லக்ஷம் ரூபாய் செலவில் திருப்பணி நடந்தது.
குடமுழுக்கும் நடந்தது. அதைப் பற்றியும், அப்பணியில் ஈடுபட்ட
பெருமக்களைப் பற்றியும் விரிவாகப் பலர் பேசுகிறார்கள். இந்தத்
திருப்பணிக்கே இத்தனை மகத்துவம் என்றால், ஒரு கோயிலையே
கட்டியவர்களை கோயிலில் வைத்தே கும்பிடலாம் போல்
இருக்கிறது. பல்லவமன்னன், ராஜசிம்மன், காஞ்சியில்
கைலாசநாதருக்கு ஒரு கலைக் கோயிலைக் கட்டியிருக்கிறான்.
தஞ்சையில் ராஜராஜ சோழன் பெரு உடையாருக்கு ஒரு பெரிய
கோயிலையே கட்டியிருக்கிறான். பராக்கிரம பாண்டியன்
தென்காசியில் காசிவிசுவநாதருக்கு ஒரு கற்கோயிலைக்
கட்டியிருக்கிறான். மதுரை மீனாக்ஷி கோயிலின் பெரும் பகுதியைத்
திருமலை நாயக்கரே கட்டியிருக்கிறார் என்றெல்லாம் சரித்திர
ஏடுகள் பேசுகின்றன. ஆனால் ஒரு கோயிலுக்குத் திருப்பணி
செய்ததும் அக்கோயில் நிர்வாகங்கள் எல்லாம் சரிவர நடைபெற
நூற்றைம்பது கோட்டை விரைப்பாடும், தோப்பும் நிலமும் தேடி
வைத்ததும் ஒரு சாதாரணப் பெண் பிள்ளை என்று அறிகிற போது
நாம் அப்படியே அசந்து விடுகிறோம். அப்படி ஒரு திருப்பணி
செய்தவர் தாம் சிவகாமி ஆத்தாள் என்னும் மறவர் குலப்பெண்.
அத்திருப்பணி நடந்த தலம் தான் செங்கோட்டையை அடுத்த
திருமலை முருகன் கோயில்.

இனி இக்கோயில் உருவான வரலாற்றையும் அங்கு திருமலை
முருகன் கோயில் கொண்ட திறத்தையும் அக்கோயிலுக்குச் சிவகாமி

ஆத்தாள் செய்த சேவையையும் பற்றித் தெரிந்து கொள்ளலாம்
தானே.

திருமலை ஒரு சிறிய மலைதான். அந்த மலையிலே ஒரு சுனை
இருக்கிறது. அதனைப் பூஞ்சுனை என்கின்றனர். அச்சுனையின்
கரையிலே ஒரு புளிய மரம் நிற்கிறது. அதனையடுத்து
சப்தகன்னிமார் கோயில் ஒன்றும் இருக்கிறது. அக்கோயில் அர்ச்சகர்
ஒருவர் பூசைகளை முடித்து விட்டுப் புளிய மரத்தடியில் வந்து
இளைப்பாறுகிறார். அங்கு தலையைச் சாய்த்தவர் தூங்கிவிடுகிறார்.
இவரது கனவில் முருகன் தோன்றி இம்மலைக்கு வடபக்கம் ஓடும்
அனுமன் நதிக்கரையில் கோட்டை மேடு என்ற இடத்தில்
மண்ணால் புதையுண்டு கிடக்கிறோம். நம்மை எடுத்துவந்து மலை
மீது பிரதிஷ்டை பண்ணினால் உங்கள் அரசனது பிணிதீரும்
என்கிறார்கள் அதனையே உத்தண்ட வேலாயுதம், ஆதிமூல
நிலையம் என்று இன்றும் அழைக்கிறார்கள்.

பல வருஷங்கள் கழிகின்றன. நெடுவேலி என்ற கிராமத்தில் மறவர்
குலத்தில் ஒரு பெண் பிறக்கிறாள். அவளுக்குச் சிவகாமி என்று
பெயர் சூட்டப்படுகிறது. நாளும் வளர்ந்து மங்கைப்பருவம்
அடைகிறாள் அவளை கங்கை முத்துத்தேவர் என்பவர் மணக்கிறார்.
அவளுக்கோ, முருகனிடத்தில் அபார பக்தி. ஆதலால் துறவறம்
பூண்டு செவ்விய நெறியிலே வாழ்கிறாள். தன் கணவன் இறந்த பின்
தன் சொத்துக்கள் அத்தனையும் திருமலை முருகனுக்கே சாஸனம்
செய்து கொடுத்து விடுகிறாள் அவள்தான் அக்கோயிலைக் கட்ட
முனைந்திருக்கிறாள். மலையடிவாரத்திலுள்ள வண்டாடும்
பொட்டல் என்ற இடத்திலே ஒரு சத்திரம் அமைத்து, அதில் இருந்து
மலைக்கு வருபவர்களுக்கு ஆகாரமும், நீர் மோரும்
கொடுத்திருக்கிறாள். மலைமேல் செல்கிறவர்கள் கையில் ஆளுக்கு
ஒரு செங்கல்லும் ஒரு ஓலைப் பெட்டியில் கொஞ்சம் சுண்ணாம்பும்

கொடுத்து மலை மீது எடுத்துச் செல்லச் சொல்லியிருக்கிறாள். இந்த விதமாகவே செங்கல்லும், சுண்ணாம்பும் மலை மீது வந்து குவிந்து கோயில் உருவாகியிருக்கிறது. (இன்று மலைமேல் நடக்கும் திருப்பணிக்குச் செங்கல்லை ஆண்களும் பெண்களும் சுமந்து செல்கிறார்கள். நூறு செங்கல் கொண்டு செல்ல கிட்டத்தட்ட ஆறு தடவை மலை ஏற வேண்டியிருக்கிறது அதற்குக் கூலி ரூ.1.25 என்கிறார்கள் (ஆம் அன்று மதுரையில் உள்ள சொக்கலிங்கம் பிட்டுக்கு மண்சுமந்தார் இன்றோ நம் மக்கள் துட்டுக்கு மண் சுமக்கிறார்கள்) இப்படித்தான் திருமலைக்குமரன் கோயில் சிவகாமி ஆத்தாளால்" முதலில் உருவாகியிருக்கிறது. அவள் கனவில் முருகன் தோன்றி, தனக்குச் சேர வேண்டிய சொத்தும் அதற்குரிய சாஸனமும் எங்கே புதைந்து கிடக்கிறது என்பதையும் சொல்லி இருக்கிறான். அதைக் கண்டெடுத்து அந்தச் சொத்தை வைத்திருந்தவருடன் வழக்காடி கிட்டத்தட்ட 150 கோட்டை நன்செய் நிலங்களையும், தோப்பு முதலியவைகளையும் கோயிலுக்குச் சேர்த்திருக்கிறாள். இந்த அம்மையார் இப்படி செய்த கைங்கரியத்தினால் தான் திருமலை முருகன், இம்மலை மீது நிலைபெற்றிருக்கிறான் என்று அறிகிறபோது நாம் பூரித்து விடுகிறோம்.

இந்த திருமலை முருகனைக்காண நாம் நேரே செங்கோட்டை ஸ்டேஷனுக்கு ஒரு டிக்கட் எடுக்க வேண்டும். அங்கிருந்து ஐந்து மைல் வண்டிவைத்துக் கொண்டோ, நடந்தோ செல்ல வேணும். அவகாசம் இருந்தால் காலையிலும் மாலையிலும் செல்லும் பஸ்ஸுக்காக காத்து நிற்கவேணும், தென்காசியில் இறங்கினாலும், குற்றாலத்தில் தங்கி இருந்தாலும், அங்கிருந்து காலையிலும் மாலையிலும் செல்லும் பஸ்களிலும் செல்லலாம். இல்லை டாக்சி வைத்துக்கொண்டு செல்லலாம். சொந்தக் கார் உடையவர்கள் என்றால் ஜாம்ஜாம் என்று காரிலேயே சென்று மலையடிவாரத்தில் இறங்கலாம். அதன் பின் மலை ஏறவேணும். மலையடிவாரத்தில்

ஒரு பெரிய மண்டபம். அதில் ஒரு கோயில் அங்கு இருப்பவர்தான் வல்லபை கணபதி. எல்லாம் வல்ல சக்தியையே தன் தொடை மீது தூக்கி வைத்துக் கொண்டிருப்பார் அவர். அவரைக் கண்டதும் நமக்கு வடநாட்டு ஞாபகம் தான் வரும் வடநாட்டில் கார்த்திகேயன் கட்டைப்பிரமச்சாரி. கணபதி தான், சித்தி புத்தி என்னும் இருவரை மணந்தவர். அதே போல, திருமலையிலும் கணபதிதான் வல்லபையுடன் இருக்கிறார். அவர் தம்பி திருமலைமுருகனோ தனித்தே நிற்கிறான். வல்லபை கணபதியை வணங்கி விட்டு மலைமேல் ஏறவேணும் முன்னர் அமைந்திருந்த பாதையில் 544 படிகளே இருந்தன. சில பகுதிகள் செங்குத்தாக ஏற வேண்டியிருக்கும் ஆனால் இன்றோ ஏறுவதற்கு வசதியாக படிக்கட்டுகள் கட்டிவைத்திருக்கிறார்கள். இப்போது மொத்தம் 615 படிகள் இருக்கின்றன. பழநிமலை ஏறும் துரத்தில் பாதி தான். திருத்தணிமலை ஏறுவது போல் இரண்டு பங்கு ஏறவேணும். ஆனால் கொஞ்சம்சிரமப்பட்டு பழைய படிக்கட்டுகளில் ஏறினால், மலைமேல் உள்ள உச்சிப் பிள்ளையாரையும் வணங்கிவிட்டு திருமலைமுருகனைவணங்க கோயிலுள் செல்லலாம். புதிய பாதையில் சென்றால் நேரே கோயில் வாயிலுக்கே வந்து சேர்ந்துவிடலாம். அப்படிச் சுற்றினால் கோயிலின் கன்னி மூலையில்தான் ஆதிப்புளிய மரம். அதன் அடியில் உத்தண்ட வேலாயுதமும் ஆதிமூல நிலையமும் இருக்கும். அங்கு நம் வணக்கத்தைச் செலுத்திவிட்டு அதற்கு மேற்புறத்திலுள்ள பூஞ்சுனையையும் பார்த்துவிட்டு, கோயிலைச் சுற்றிக் கொண்டு திரும்பவும் கோயில் வாயிலுக்கே வந்து சேரலாம். பிரகாரம் முழுவதும் நல்ல சிமெண்ட் தளம் போட்டு வைத்திருக்கிறார்கள். இனி கோயிலுள் நுழையலாம். இங்குள்ள கோயில் அமைப்பு திருச்செந்தூர் செந்திலாண்டவன் சந்நிதியைப் போலத்தான். திருமலை முருகன் கிழக்கு நோக்கியும் சண்முகன் தெற்கு நோக்கியும் நிற்கிறார்கள். ஆதலால் முதலில் நாம் கோயிலுள்

சண்முக விலாசத்தின் வழியாகவே நுழைவோம். அங்குதான் வசந்த மண்டபம் பெரிய அளவில் இருக்கிறது. அங்கு ஒரு துணின் உச்சியில் குழந்தை முருகனை அன்னை பார்வதி தன் மடியில் வைத்துக் கொண்டிருக்கும் ஒரு சிலை இருக்கும். அதற்கு எதிர்ப்பக்கத்தில் உயரமான இடத்திலே சிவகாமி ஆத்தாளின் சிலையும் வைத்திருக்கிறார்கள். அவளுக்கு அருள் புரியவே குழந்தை முருகன் அவசரமாக அன்னை மடியிலிருந்து இறங்க முயல்கின்றானோ என்னவோ. இருவரையும் வணங்கிவிட்டே உள்ளே சென்றால் உள் பிரகாரத்திற்கு வருவோம். அதையும் கடந்து உள்ளே சென்றால் ஒரே சமயத்தில் திருமலை முருகனையும். வள்ளி தெய்வயானை சகிதம் மஞ்சத்தில் எழுந்தருளியிருக்கும் சண்முகனையும் தரிசிக்கலாம்.

திருமலை முருகன் கம்பீரமான வடிவினன். சுமார் நான்கு அடி உயரத்தில் நல்ல சிலாவிக்கிரகமாக நிற்கிறான். அவன் தனது வலது தோளில் ஒரு செப்புவேலையும் ஏந்தியிருக்கிறான். கருணை ததும்பும் திருமுகம். அதனால் தானே அவன் சிறந்த வரப்பிரசாதியுமாக இருக்கிறான். சண்முகன் மிகச் சிறிய வடிவினன். அவனுக்கு அவன் துணைவியருக்கும் ஆடைகள் உடுத்து அவர்கள் உருவம் முழுவதையுமே மறைத்து வைத்திருப்பார்கள் அர்ச்சகர்கள். அவன் மஞ்சம் மிக்க சோபையோடு விளங்கும். முருகன் சந்நிதியில் விழுந்து வணங்கி எழுந்தால் அர்ச்சகர் விபூதிப்பிரசாதத்தை இலையில் வைத்தே கொடுப்பர். இப்படி இலை விபூதி கொடுப்பதற்கு என்றே சொக்கம் பட்டி ஜமீன்தாராயிருந்த ஒருவர் 12 கோட்டை நன்செய் நிலங்களை மானியமாக விட்டிருக்கிறாராம். முருகனுக்குத் தினசரி எட்டுக்கால பூசை நடக்கிறது. ஒவ்வொரு பூசைக்கும் தனித்தனி நைவேத்தியங்கள் உண்டு. பணம் கொடுத்து நைவேத்தியங்களை அருந்தி நம் வயிற்றுப் பசியையும் தீர்த்துக்

கொள்ளலாம். ஆத்மப்பசிதான் முருகனை வணங்கி எழுந்ததுமே தீர்ந்திருக்குமே.

முருகனையும் சண்முகனையும் வணங்கிவிட்டு, உட்பிரகாரத்தைச் சுற்றினால் ஈசான்யமூலையில் ஒரு கம்பீரமான வடிவம் நிற்கும். எட்ட இருந்து பார்த்தால் அதுவும் முருகனே என்றே நினைக்கத் தோன்றும். ஆனால் அந்த வடிவம் சிவனது பைரவமூர்த்தம் என்பார்கள் அதற்குரிய கணங்கள் அங்கிருக்க மாட்டா. அந்த பைரவன் மிக்க வரசித்தி உடையவராம். அதனால் அவருக்கு வடை மாலை சாத்தி வழிபடுகிறார்கள் பக்தர்கள். மேலும் அவரே அக்கோயிலின் பிரதான நிர்வாகி இரவில் வாயில்களை எல்லாம் பூட்டி சாவியை அவர் முன்பு கொண்டுபோய் வைத்து விடுவார்கள். அதன் பின் கோயிலையும் அங்குள்ள சொத்துக்களையும் கண்காணிப்பது அவருடைய பொறுப்பு. கோயிலைவிட்டு வெளியே வரும் போது ஒரு சிறு மஞ்சத்தில் எழுந்தருளியிருக்கும் திருமலைக்குமரனின் செப்புப் படிமத்தையும் பார்த்துவிட வேண்டும். ஒன்றரை அடி உயரமே உள்ள வடிவம் தான் என்றாலும், மிக்க அழகான வடிவம். இங்கு கோயிலுக்கு ராஜ கோபுரம் கிடையாது. முருகனும் பால முருகன் ஆனதால் வள்ளி தெய்வானை சந்நிதிகளும் கிடையாது.

திருமலை முருகன் நல்ல இலக்கிய ரஸிகன் என்று தெரிகிறது. அவனைத் தனது திருப்புகழ் பாக்களால் அருணகிரியார் பாடி இருக்கிறார்.

எனது உயிர்க்கு உயிர் ஒத்த நவநீதா
சிவமுகப் பரமற்கு இளையோனே
தினைவனத் தெரிவைக்கு உரியோனே
திருமலைக் குமரப் பெருமானே

என்பது பாடல். எனக்கு அருணகிரியார் பேரில் பொல்லாத கோபம் வருகிறது. அவன் வள்ளியைக் கண்ணெடுத்தும் பாராத இள வயதினன் என்றாலும் அவனுக்க அவளே உரியவள் என்று கோடி காட்டுகிறார். சரி, இது இருக்கட்டும். மங்கைப் பருவத்தின் அழகெல்லாம் திரண்டிருக்கும் வள்ளியை தெரிவை என்று சொல்வானேன்? இன்னும் திருமலை முருகன் பிள்ளைத் தமிழுக்கு உரியவனாகவும் இருந்திருக்கிறான். குறவஞ்சி நொண்டி நாடகம், பள்ளு, காதல் பிரபந்தங்களும் இந்த முருகனைப் பாட்டுடைத் தலைவனாக வைத்தே பாடப்பட்டிருக்கின்றன.

ஐவர் சகாயன் மருகன்
திருமலை ஆறுமுகத்
தெய்வ சகாய முண்டே
வருமோ கொடுந் தீவினையே

என்று பெரியவன் கவிராயர் பள்ளில் பாடியிருக்கிறார். அத்தகைய உறுதியான உள்ளத்தை அந்த முருகன் அளிக்கக் கூடியவன் என்பதற்காகவே ஒரு நடை அவன் சந்நிதிக்குச் செல்லலாம்.

ஒன்று சொல்லமறந்து விட்டேனே! எங்கள் குடும்பத்தின் குலகுருவாய் விளங்கியவர் திருப்புகழ் சாமி என்னும் வண்ணச்சரபம் முருகதாச சுவாமிகள். அவர் திருமலை முருகனிடத்து ஆராத காதல் உடையவர். கிட்டத்தட்ட நூறு வருஷங்களுக்கு முன் திருமலையில் ஏறியிருக்கிறார். திருமலை முருகனை வணங்கி இருக்கிறார். மலைமீதிருந்தே கீழே உடலை உருட்டியிருக்கிறார். குமரனும் அந்து உடலுக்கு யாதொரு தீங்கும் நேரிடாவண்ணம் காத்திருக்கிறார். இதை அவரே பாடுகிறார்.

வட திசையில் தலை வைத்து

மறலித்திசைக்கால் நீட்டி

உடலை அந்தத் திரு மலையின்

உச்சியில் நின்று உருட்டி விட்டேன்

விடலை இடும் தேங்காய் போல்

வேறு பட்டுச் சிதறாமல்

மட மடெனக் கொண்டு ஆங்கோர்

மண் தரையில் விட்டதுவே

இந்தப் பாடலைப் படித்துக் கொண்டே திருமலையினின்றும் இறங்கினேன் நான். எனக்கு என் உடலை உருட்ட தைரியமில்லை. ஆனால் அங்கு அடித்த காற்றில் நான் அணிந்திருந்த முக்குக் கண்ணாடி கழன்று படிகளில் உருண்டது. சரி கண்ணாடி உடைந்திருக்கும் பிரேமாவது மிஞ்சட்டும் என்று ஆள் அனுப்பி உருண்ட கண்ணாடியைத் தேடி எடுத்துவரச் சொன்னேன். என்ன அதிசயம்! கண்ணாடி உடைந்து சிதறாமல் அப்படியே இருந்தது. அந்தக் கண்ணாடியை அணிந்து கொள்வதில் ஓர் ஆனந்தம் அடைகிறேன். என் குருநாதர் ஆசியையும் திருமலை முருகன் அருளையும் நினைந்து நினைந்து மகிழ்கின்றேன் வையத்தில் வாழ்வதற்கு இது ஒன்று போதாதா என்ன!

12. கந்தர் சஷ்டி கவசம்

எல்லாம் வல்ல இறைவனிடம் பக்தி செலுத்துவதற்கு எத்தனையோ வழிகளை நமக்குப் பெரியவர்கள் காட்டி இருக்கிறார்கள். இறைவனை நினைத்தல், அவனைப் பற்றிக் கேட்டல், அவன் நாமத்தை சொல்லல் என்னும் மூன்றும் நாம் செய்யக் கூடியவை. இவற்றையே ஸ்மரணம், சிரவணம், கீர்த்தனம் என்று வட மொழிவல்லார் கூறுகின்றார். இம்மூன்று வகையிலும் மிக எளிதாக நாம் செய்யக்கூடியது. இறைவன் நாமத்தைச் சொல்லலும் அவன் புகழ்பாடுதாலும் தான்.

தமிழ் நாட்டின் தனிப் பெருங்கடவுள் முருகன். என்றும் இளையனாகவும், அழகனாகவும், ஏன், இறைவனாகவுமே விளங்குகின்றவன் அவன். அதனால் அவனைப் பற்றிப் பாராயணம் பண்ணுவதற்குப் பல நூல்கள் உண்டு. அவைகளில் மூன்று சிறப்பாகக் கருதப்படுகின்றன. அவை திருமுருகாற்றுப்படை, கந்தர் கலிவெண்பா, கந்தர் சஷ்டி கவசம் என்பவையே. இவற்றில் திருமுருகாற்றுப்படை இலக்கிய நயம் உடையது. ஆனால் எளிதில் பொருள் விளங்காதது. கந்தர் கலி வெண்பா ஒரு குட்டிக் கந்த புராணமேயாகும். சித்தாந்தக் கருத்துக்கள் சொல்ல சித்தாந்த சாஸ்திரம் கற்ற பெரியவர் ஒருவரையே அணுக வேண்டியிருக்கும். ஆனால் எவரும் நன்றாகப் பொருள் தெரிந்து பாராயணம் பண்ணுவதற்கு உரிய நூல் தான் கந்தர் சஷ்டி கவசம்.

இறைவனை அணுகும்போது, அவனிடம் பிரார்த்திக்கிற போது உலகெல்லாம் உய்ய வேண்டும் என்று பிரார்த்திப்பவர்கள் பெரியோர்கள். ஆனால் எல்லோருமே பெரியவர்களாக இருந்தவிட முடியாது அல்லவா?

எனக்குப் பொன்னைக் கொடு, நோயற்ற வாழ்வைக் கொடு என்று
பிரார்த்தனை செய்பவர்கள் தான் அதிகம்.

நோயில்த் தளராமல்
நொந்து மனம் வாடாமல்
பாயிற்கிடவாமல்

கண்பார்த்துக் கொள் ஐயா! என்பதுதான் எல்லோருடைய
பிரார்த்தனையாக இருக்கும். அந்த பிரார்த்தனையே அடியேன்
வதனம் 'அழகுவேல் காக்க' என்று தொடங்கி கேசாதிபாதம் உன்ன
அங்கம் ஒவ்வொன்றையும் காக்கும்படி அவனிடம் பிரார்த்தித்துக்
கொள்வது சிறப்புடையதுதானே? இன்னும், பில்லிசூனியம், பூதம்,
முனி இவற்றிலிருந்து காக்க அவனது துணை நாடி நிற்பதும் பாமர
மக்களின் நித்யப்படி பிரார்த்தனையாக இருக்கும். பல
வார்த்தைகளை அடுக்கடுக்காய்ச் சொல்லவும் வகை செய்திருப்பது
அந்தக் கவசம். இத்தனை பிரார்த்தனைகளிலும் எனக்கு மிகவும்
பிடித்தமான பிரார்த்தனை இதுதான்.

எத்தனை குறைகள்
எத்தனை பிழைகள்
எத்தனை அடியேன்
எத்தனை செயினும்
பெற்றவன் நீ குரு
பொறுப்பது உன்கடன்

என்று அவனிடத்திலேயே பாரத்தை போட்டு விண்ணப்பித்துக்
கொள்வதை விட நாம் வேறு என்ன பிரார்த்தனை செய்ய இயலும்.

ஆண்டு தோறும் திருச் செந்தூரில் கந்த சஷ்டி விழா சிறப்பாக நடைபெறும். அங்கு ஆறு நாளும் உண்ணாவிரதம் இருந்து நோன்பு நோற்பவர்களும் அநேகர். இவர்களில் பலரும் கந்தர் சஷ்டி கவசத்தைப் பாராயணம் பண்ணிக் கொண்டிருப்பர். ஆனால் பலருக்குப் பொருள் விளங்கியிருக்காது. நம்பிக்கையோடு செய்யும் பிரார்த்தனையாக இருக்கும். மாணிக்கவாசகர் சொன்னதுபோல் சொல்லிய பாட்டின் பொருள் உணர்ந்து சொல்லவும் தெரிந்து கொண்டோமானால் சிறப்பாக இருக்கும் அல்லவா. நானறிந்த மட்டில் இக் கவசத்திற்கு இதுவரையாரும் உரை எழுதியதாகத் தெரியவில்லை. இந்தக் குறையை நிவர்த்தி செய்கிறார் நண்பர் திரு. P.A. நடேசபிள்ளை அவர்கள். இதனை அச்சிட்டு இலவசமாகவே வழங்க முன்வருகிறார். இவர்களது பணி சிறக்க என்று வாழ்த்துகின்றேன்.

கவசத்தைப் பாராயணம் பண்ணும் முருக பக்தர்கள் எல்லாம் நன்றி கூறக் கடமைப்பட்டவர்கள். நானும் அவர்களில் உள்ளிட்டவன்தானே.

கந்தர் சஷ்டி கவசம்

காப்பு

துதிப்போக்கு வல்வினைபோம் துன்பம்போம் நெஞ்சிற்
பதிப்போர்க்குச் செல்வம் பலித்துக் கதித்தோங்கும்
நிஷ்டையும் கை கூடும் நிமலரருள்
கந்தர் சஷ்டிகவசந் தனை

"அமரரிடம் தீர வமரம்புரிந்த
குமரனடி நெஞ்சே குறி

"சஷ்டியை நோக்கச் சரவண பவனார்
சிஷ்டருக்கு உதவுஞ் செங்கதிர் வேலோன்
பாதம் இரண்டில் பன்மணிச் சதங்கை
கீதம் பாடக் கிண்கிணி யாட
வையை நடஞ்செய்யும் மயில்வா கனனார்
கையில்வே லால்எனைக் காக்கவென்று உவந்து
வரவர வேலா யுதனார் வருக
வருக வருக மயிலோன் வருக
இந்திரன் முதலா எண்திசை போற்ற
மந்திர வடிவேல் வருக வருக
வாசவன் மருகா வருக வருக
நேசக் குறமகள் நினைவோன் வருக
ஆறுமுகம் படைத்த ஐயா வருக
நீறிடும் வேலவன் நித்தம் வருக
சிரகிரி வேலவன் சிக்கிரம் வருக
சரவண பவனார் சடுதியில் வருக

சரவண பவச ர ர ர ர ர ர ர

ரிஹண பவச ரி ரி ரி ரி ரி ரி ரி

விணபவ சரவண வீரா நமோ நம

நிபவ சரவண நிறநிற நிறென

வசர ஹணப வருக வருக

அசுரர் குடிகெடுத்த ஐயா வருக

என்னை யாளும் இளையோன் கையில்

பன்னிரண்டு ஆயுதமும் பாராங் குசமும்

பரந்த விழிகள் பன்னிரண்டும் இலங்க

விரைந்தெனைக் காக்க வேலோன் வருக

ஐயும் கிலியும் அடைவுடன் சௌவும்

உய்யொளி சௌவும் உயிரையுங் கிலியும்

கிலியுங் சௌவும் கிளரொளி வையும்

நிலைபெற்று என் முன் நித்தமும் ஒளிரும்

சண்முகன் நீயும் தனியொளி யொவ்வும்

குண்டலி யாம்சிவ குகன் தினம் வருக

ஆறுமுகமும் அணிமுடி ஆறும்

நீறிடு நெற்றியும் நீண்டபுருவமும்

பன்னிரு கண்ணும் பவளச் செவ்வாயும்

நன்னெறி நெற்றியில் நவமணிச் சுட்டியும்

ஈராறு செவியில் இலகு குண்டலமும்

ஆறிரு திண்புயத்து அழகிய மார்பில்

பல்பூ ஷணமும் பதக்கமும் தரித்து

நன்மணி பூண்ட நவரத்தின மாலையும்

முப்புரி நூலும் முத்தணி மார்பும்

செட்புஅழ குடைய திருவயிறு உந்தியும்

துவண்ட மருங்கில் சுடரொளிப் பட்டும்

நவரத்னம் பதித்த நற்சீராவும்

இருதொடை அழகும் இணைமுழுந் தாளும்
திருவடி யதனில் சிலம்பொலி முழங்க
செகக்ண செகக்ண செகக்ண செகக்ண
மொகமொக மொகமொக மொகமொக மொகென
நகநக நகநக நகநக நகன
டிகுகுண டிகுடிகு டிகுகுணடிகுண
ர ர ர ர ர ர ர ர ர ர ர
ரி ரி ரி ரி ரி ரி ரி ரி ரி ரி ரி
டு டு டு டு டு டு டு டு டு டு டு டு டு டு டு டு
டகுடகு டிகுடகு டங்கு டிங்கு
விந்து விந்து மயிலோன் விந்து
முந்து முந்து முருகவேள் முந்து
எந்தனை ஆளும் ஏரகச் செல்வ
மைந்தன் வேண்டும் வரமகிழ்ந்து உதவும்
லாலா லாலா லாலா வேசமும்

லீலா லீலா லீலா விநோதனென்று
உன் திரு வடியை உறுதியென்று எண்ணும்

என்தலை வைத்துன் இணையடி காக்க
என்னுயிர்க்கு உயிராம் இறைவன் காக்க
பன்னிரு விழியால் பாலனைக் காக்க
அடியேன் வதனம் அழகு வேல் காக்க
பொடிபுனை நெற்றியைப் புனிதவேல் காக்க
கதிர்வேல் இரண்டும் கண்ணினைக் காக்க
விதிசெவி இரண்டும் வேலவர் காக்க
நாசிகள் இரண்டும் நல்வேல் காக்க
பேசிய வாய்தனைப் பெருவேல் காக்க
முப்பத்து இருபல் முனைவேல் காக்க

செப்பிய நாவைச் செவ்வேல் காக்க

கன்னம் இரண்டும் கதிர்வேல் காக்க

என்னிளங் கழுத்தை இனிய வேல் காக்க

மார்பை இரத்ன வடிவேல் காக்க

சேரிள முலைமார் திருவேல் காக்க

வடிவேல் இருதோள் வளம்பெறக் காக்க

பிடரிகள் இரண்டும் பெருவேல் காக்க

அழகுடன் முதுகை அருள்வேல் காக்க

பழுபதி னாறும் பருவேல் காக்க

வெற்றிவேல் வயிற்றை விளங்குவேல் காக்க

சிற்றிடை அழகுறுச் செவ்வேல் காக்க

நாணாங் கயிற்றை நல்வேல் காக்க

ஆண்பெண் குறிகளை அயில்வேல் காக்க

பிட்டம் இரண்டும் பெருவேல் காக்க

வட்டக் குதத்தை வல்வேல் காக்க

பனைத்தொடை இரண்டும் பருவேல் காக்க

கணைக்கால் முழந்தாள் கதிர்வேல் காக்க

ஐவிரல் அடியினை அருள்வேல் காக்க

கைகள் இரண்டும் கருணை வேல் காக்க

முன்கை இரண்டும் முரண்வேல் காக்க

பின்கை இரண்டும் பின்னவளிருக்க

நாவில் சரஸ்வதி நற்றுணையாக

நாபிக் கமலம் நல்வேல் காக்க

முப்பால் நாடியை முனைவேல் காக்க

எப்பொழுதும் எனை எதிர்வேல் காக்க

அடியேன்வதனம் அசைவுள நேரம்

கடுகவே வந்து கனகவேல் காக்க

வரும்பகல் தன்னில் வச்சிர வேல் காக்க

அரையிருள் தன்னில் அனைய வேல் காக்க
ஏமத்தில் சாமத்தில் எதிர்வேல் காக்க
தாமதம் நீக்கிச் சதுர்வேல் காக்க
காக்க காக்க கனகவேல் காக்க
நோக்க நோக்க நொடியில் நோக்க
தாக்க தாக்க தடையறத் தாக்க
பார்க்க பார்க்க பாவம் பொடிபட
பில்லி சூனியம் பெரும்பகை அகல
வல்ல பூதம் வலாஷ்டிகப் பேய்கள்
அல்லல்படுத்தும் அடங்கா முனியும்
பிள்ளைகள் தின்னும் புழுக்கடை முனியும்
கொள்ளிவாய்ப் பேய்களும் குறளைப் பேய்களும்
பெண்களைத் தொடரும் பிரம ராகூதரும்
அடியனைக் கண்டால் அலறிக் கலங்கிட
இரிசி காட்டேறி இத்துன்ப சேனையும்
எல்லியும் இரட்டிலும் எதிர்படும் அண்ணரும்
கனபூஜை கொள்ளும் காளியோடு அனைவரும்
விட்டாங்க காரரும் மிகுபல பேய்களும்
தண்டியக் காரரும் சண்டாளர்களும்
என்பெயர் சொல்லவும் இடிவிழுந்து ஓடிட
ஆணை அடியினில் அருள் பாவைகளும்
பூனை மயிரும் பிள்ளைகள் என்பும்
நகமும் மயிரும் நீள்முடி மண்டையும்
பாவைகள் உடனே பல கலசத்துடன்
மனையிற் புதைத்த வஞ்சனை தனையும்
ஒட்டியச் செருக்கும் ஒட்டியப் பாவையும்
காசும் பணமும் காவுடன் சோறும்
ஓது மஞ்சனமும் ஒருவழிப் போக்கும்
அடியனைக் கண்டால் அலைந்து குலைந்திட

மாற்றார் வஞ்சகர் வந்து வணங்கிட
காலதூ தாள்எனைக் கண்டால் கலங்கிட
அஞ்சி நடுங்கிட அரண்டு புரண்டிட
வாய்விட்டு அலறி மதிகெட்டு ஓட
படியினில் முட்டப் பாசக் கயிற்றால்
கட்டுடன் அங்கம் கதறிடக் கட்டு
முட்டு முட்டு முழிகள் பிதுங்கிட
செக்கு செக்கு செதில் செதிலாக
சொக்கு சொக்கு சூர்ப்பகைச் சொக்கு

குத்து குத்து கூர்வடி வேலால்
பற்று பற்று பகலவன் தணலெரி
தனலெரி தனலெரி தணலது வாக
விடுவிடு வேலை வெருண்டது ஓட
புலியும் நரியும் புன்னரி நாயும்
எலியும் கரடியும் இனித்தொடாது ஓடத்
தேளும் பாம்பும் செய்யான் பூரான்
கடிவிட விஷங்கள் கடித்துயர் அங்கம்
ஏறிய விஷங்கள் எளிதுடன் இறங்க
ஒளிப்புஞ் சுளுக்கும் ஒருதலை நோயும்
வாதஞ் சயித்தியம் வலிப்புப் பித்தம்
சூலைசயங் குன்மம் சொக்குச் சிரங்கு
குடைச்சல் சிலந்தி குடல்விப் பிரிதி
பக்கப் பிளவை படர்தொடை வாழை
கடுவன் படுவன் கைத்தாள் சிலந்தி
பற்குத்து அரணை பருவரை யாப்பும்
எல்லாப் பிணியும் என்றனைக் கண்டால்
நில்லா தோட நீயெனுக்கு அருள்வாய்
ஈரேழு உலகமும் எனக்கு உறவாக

ஆணும் பெண்ணும் அனைவரும் எனக்காம்

மண்ணாள் அரசரும் மகிழ்ந்து உறவாகவும்
உன்னைத் துதிக்க உன்திரு நாமம்
சரவண பவனே சைலொளி பவனே
திரிபுர பவனே திகழொளி பவனே
பரிபுர புவனே பவமொழி பவனே
அரிதிரு மருகா அமரா பதியைக்
காத்துத் தேவர்கள் கடுஞ்சிறை விடுத்தாய்
கந்தா குகனே கதிர்வே லவனே
கார்த்திகை மைந்த, கடம்பா கடம்பனே
இடம்பனை அழித்த இனியவேல் முருகா
தணிகா சலனே சங்கரன் புதல்வா
கதிர்கா மத்துறை கதிர்வேல் முருகா
பழநிப் பதிவாழ் பால குமரா
ஆவினன் குடிவாழ் அழகிய வேலா
செந்தின்மா மலையுறும் செங்கல்வ ராயா
சமரா புரிவாழ் சண்முகுத் தரசே
காரார் குழலாள் கலைமகள் நன்றாய்

என்னா இருக்க யானுனைப் பாட
எனைத் தொடர்ந்திருக்கு எந்தை முருகனைப்
பாடினேன் ஆடினேன் பரவசமாக
ஆடினேன் நாடினேன் ஆவினன் பூதியை,
நேசமுடன் நான் நெற்றியில் அணியப்
பாச வினைகள் பற்றது. நீங்கி,
உன்பதம் பெறவே உன் அருளாக
அன்புடனிரட்சி அன்னமும் சொன்னமும்
மெத்தமெத் தாக

வேலா யுதனார்

சித்திபெற்று அடியேன் சிறப்புடன் வாழ்க
வாழ்க வாழ்க மயிலோன் வாழ்க
வாழ்க வாழ்க வடிவேல் வாழ்க
வாழ்க வாழ்க மலைக்குரு வாழ்க
வாழ்க வாழ்க மலைக்குற மகளுடன்
வாழ்க வாழ்க வாரணத் துவசம்
வாழ்க வாழ்களன் வறுமைகள் நீங்க
எத்தனை குறைகள் எத்தனை பிழைகள்
எத்தனை யடியேன் எத்தனை செய்யினும்
பெற்றவள் நீ குரு பொறுப்பது உன்கடன்
பெற்றவள் குறமகள் பெற்றவளாமே.
பிள்ளையென்று அன்பாய் பிரியம் அளித்து
மைந்தன் என்மீதுஉன் மனமகிழ்ந்து அருளித்
தஞ்சமென்று அடியார் தழைத்திட வகுள்செய்
கந்தர் சஷ்டி கவசம் விரும்பிய
பாலன் தேவ ராயன் பகர்ந்ததைக்
காலையில் மாலையில் கருத்துடன் நாளும்
ஆசாரத்துடன் அங்கம் துலக்கி
நேசமுடன் ஒரு நினைவது ஆகிக்
கந்தர் சஷ்டி கவசம் தனைச்
சிந்தை கலங்காது தியானிப்பவர்கள்
ஒருநாள் முப்பத்து ஆறுருக் கொண்டு
ஓதியே செபித்து உகந்து நிறணிய
அஷ்டதிக்கு உள்ளோர் அடங்கலும் வசமாய்த்
திசைமன்னர் எண்மர் சேர்ந்தங்கு அருள்வர்
மாற்றலர் எல்லாம் வந்து வணங்குவர்
நவகோள் மகிழ்ந்து நன்மை அளித்திடும்
நவமதன் எனவும் நல்லெழில் பெறுவர்

எந்த நாளும் ஈரெட்டாய் வாழ்வர்

கந்தர்கை வேலாம் கவசத் தடியை

வழியாய்க் காண மெய்யாய் விளங்கும்

விழியாற் காண வெருண்டிடும் பேய்கள்

பொல்லாதவரைப் பொடிப் பொடியாக்கும்

நல்லோர் நினைவில் நடனம் புரியும்

சர்வ சத்துரு சங்கா ரத்தடி

அறிந்தெனது உள்ளம் அஷ்ட லட்சுமிகளில்

வீர லட்சுமிக்கு விருந்து உணவாகச்

சூரபத் மாவைத் துணிந்தகை யதனால்

இருபத்து ஏழ்வர்க்கு உவந்து அமுதளித்த

குருபரன் பழநிக் குன்றினில் இருக்கும்

சின்னக் குழந்தை சேவடி போற்றி

எனைத் தடுத்து ஆட்கொள் என்றெனது உள்ளம்

மேவிய வடிவுறும் வேலவா போற்றி

தேவர்கள் சேனா பதியே போற்றி

குறமகள் மனமகிழ் கோவே போற்றி

திறமிகு திவ்விய தேகா போற்றி

இடும்பா யுதனே இடும்பா போற்றி

கடம்பா போற்றி கந்தா போற்றி

வெட்சிப் புனையும் வேலே போற்றி

உயர்கிரி கனக சபைக்கோர் அரசே

மயில்நடம் இடுவோய் மலரடி சரணம்

சரணம் சரணம் சரவண பவஒம்

சரணம் சரணம் சண்முகா சரணம்

கந்தர் சஷ்டி கவசம் முற்றிற்று

www.ingramcontent.com/pod-product-compliance
Lightning Source LLC
LaVergne TN
LVHW010343200726
843507LV00010B/1630